दुनिया प्रेमाची

प्रत्येकाच्या मनातली..

AA000991

निशा अडगोकर रसे

"कृष्णा"

तुझ्याचमुळे..

आणि

फक्त तुझ्याचसाठी..

अनुक्रमणिका

ऋणनिर्देश, पावती

हे पुस्तक माझ्यासाठी एक स्वप्न आहे आणि हे स्वप्न पूर्ण करण्यासाठी ज्या सगळ्यांनी मला साथ दिली त्या सगळ्यांचे खूप खूप आभार.

सर्वात आधी, थँक्स टू टेकनॉलॉजी, तासांची कामं मिनिटांमधे करून दिल्याबद्दल.

हे पुस्तक प्रकाशित होऊ शकले ते फक्त नि फक्त शिरीष देशपांडे ह्यांच्यामुळे. ते स्वतः एक लेखक असल्यामुळे, त्यांनीच पुस्तक लिहिण्यास प्रोत्साहन दिले. स्वतः एवढे व्यस्त असूनही, प्रत्येक शब्द न शब्द वाचून काढून, कधी टायपिंग मिस्टेक तर कधी व्याकरणाच्या चुका काढून मला मार्गदर्शन केले.

मी विदर्भातली असल्यामुळे दरवेळी बोली भाषेतल्या चुका काढून काढून ते थकले असतील. "बाई, साडी घालत नाहीत, नेसत असतात." इथपासून त्यांनी चुका दाखवल्या ते ही न कंटाळता. मी अति जास्त फिल्मी असल्यामुळे दरवेळी त्यांनी "हे अति फिल्मी होतंय." असा प्रामाणिक फीडबॅक वेळोवेळी देऊन माझ्यातला फिल्मीपणा आटोक्यात आणला.

लेखिका केतकी पटवर्धन ह्यांनी, माझी नि त्यांची विशेष ओळख नसूनही, प्रकाशनाविषयी जेव्हा जेव्हा मदत लागली तेव्हा तेव्हा लगेच माझ्या हजारो प्रश्नांची उत्तरं दिली. शेवटच्या काही दिवसांत तर मी सतत त्यांच्या व्हाट्सएप्पवर पिंग पिंग पिंगा करत होते.

कव्हरसाठी माझा मित्र रवी भोरे आणि त्याची मिसेस आरती गिल्डा ह्या दोघांनी वेळेवर पळापळ केली आणि इतके सुंदर कव्हर तयार झाले, त्यासाठी ह्या दोघांचेही विशेष आभार. हे दोघे नेहमीसाठी यंग आणि स्लिम राहोत म्हणजे माझ्या प्रत्येक पुस्तकाच्या कव्हरसाठी दुसरे मॉडेल्स शोधण्याची गरज भासणार नाही.

डॉक्टर नेहा म्हणजेच माझी बहीण वेळोवेळी प्रत्येक गोष्टीवर सल्ला दिला. पुस्तकाशी रिलेटेड काहीही असलं भलेही ते माझ्या डोक्यात असो, मनात असो किंवा इनबॉक्सात असो, आधी ते तिच्या

इनबॉक्समधे जायचं. पहिला ऑनलाईन ब्लॉग लिहिण्यासही तिनेच प्रवृत्त केलं होतं.

आईमुळे पुस्तकं वाचण्याची आवड लागली. आम्ही सोबत खूप सिनेमे बघायचो आणि आताही बघतो. त्यामुळे लेखन करण्याची गोडी निर्माण झाली. लहानपणी सिनेमातले हिरो हिरोईन थोडे जरी जवळ आले तरीही ती लगेच डोळे बंद करायला लावायची. आता मी ह्या पुस्तकात जे रोमँटिक प्रसंग लिहिलेत, ते मार्करने खोडून मी तिला तिची स्पेशल सेंसर्ड आवृत्ती देणार आहे.

नवऱ्याने म्हणजे अतुलनेही शेवटच्या मिनिटाला येणारे इश्यू सॉल्व्ह केले. मी हे पुस्तक, म्हणजेच माझं दुसरं बाळ जन्माला घालत होते तेव्हा माझ्या मुलीकडे थोडं दुर्लक्ष झालं, त्यामुळे आमच्या राईला थँक यू आणि सॉरी दोन्हीही.

इतर मित्रमैत्रिणी, वाचक इतर सर्वांना मनापासून धन्यवाद आणि ह्या सगळ्या व्यक्ती माझ्या आयुष्यात ज्याने मला दिल्या आहेत त्या देवाचेही.

1

जब फ्रेंडशिप मेट लव्ह

"शी इज अ बिच!" मी जवळपास ओरडलेच. अंगात ट्राय करण्यासाठी घातलेला टीशर्ट, अडकल्यामुळे; तो ओढता ओढता माझ्या नाकी नऊ आले होते.

"काहीही बडबड करू नकोस. कायरा किती छान मुलगी आहे. सुंदर आणि हुशार पण आहे." राधिका माझ्या अंगातला टीशर्ट खेचता खेचता म्हणाली.

राधिका मला शांत करण्यासाठी बोलली, ते ही तिच्याबाजूने. राधिका आणि मी एकाच ट्रायल रूममधे घुसलेलो होतो.

"कदाचित राधिकाचं बरोबर आहे." माझा मेंदू म्हणाला.

"पण ती तुझ्या बेस्ट फ्रेंड विवानची गर्लफ्रेंड आहे. एक दिवस त्या दोघांचं लग्न होईल. मग तो पूर्ण वेळ 'जानू, बेबी' म्हणत, त्या कायरटलीच्या मागे फिरेल आणि मला विसरून जाईल. म्हणून शी इज द बिचीएस्ट गर्ल इन द होल वर्ल्ड." माझं हृदय मेंदूवर ओरडलं आणि त्याने मेंदूला गप्प केलं. ह्या लढाईत शेवटी हृदयाचा विजय झाला.

"बाय द वे, मला विवान खुप आवडला. किती क्युट आहे तो! त्याच्या बोलक्या डोळ्यांत बघितलं की एकदम हरवल्यासारखं वाटतं." असं म्हणत राधिकाने दीर्घ श्वास सोडला.

"व्हॉट द हेल! ह्या सगळ्या जगातल्या लोकांना झालंय तरी काय? प्रत्येकजण ह्या विव्याच्याच प्रेमात पडत आहे. ओह! विवान किती क्युट आहे!, विवान किती मेहनती आहे! माझी आईही त्याची फॅन झालीय. ती पण म्हणते 'विवान किती समजूतदार आहे!' आणि आता तू ही. विवान हा मूर्ख, वेडा आणि इडियट आहे कारण तो त्या.....(विशेषण शोधण्यासाठी थोडा वेळ थांबले आणि मग म्हणाले)............... 'क्वीन ऑफ बिचेस'च्या प्रेमात पडलाय."

"स्टॉप बिईंग स्टुपिड, आणि काय हे बिच, बिच लावलंय. तुला त्याशिवाय दुसरी कुठली शिवी येत नाही का? तुझ्या मित्राला सुंदर, स्मार्ट, सेक्सी गर्लफ्रेंड मिळालीय. तो खुश आहे. तू ही त्याच्या आनंदात आनंद मानायला पाहिजे." राधिका रागाने माझ्यावर ओरडली.

"जाऊ दे. मला कशाची शॉपिंग करावी हे ही कळत नाहीये. विवान असला की शॉपिंग करणं किती सोपं वाटतं! पण आता तो तिच्या मागे मागे भरकटत असेल आणि तिला म्हणत असेल, ट्राय धीस बेबी. ट्राय दॅट बेबी. ओह! हे तर तू घातल्यावर अजून सुंदर दिसतंय, ब्ला.. ब्ला.. ब्ला."

"इनफ. लेट्स गो इट समथिंग." राधिकाला माझ्या तोंडात अन्न कोंबुन, माझ्या नॉनस्टॉप आणि निरर्थक बडबडीपासून ब्रेक मिळवायचा असावा बहुतेक, म्हणून तिने जेवणाची गोष्ट काढलेली असावी. तसंही रागाने ओरडून ओरडून मला भूक लागलेलीच होती.

मला खायला काही कारण लागत नाही. मी उठता बसता, चालता फिरता कधीही खाऊ शकते. माझ्या हातात असतं तर मी झोपेतही काहीतरी हादळलंच असतं.

राधिकाने काहीतरी खायला चल म्हटल्यावर माझ्या तोंडाला पाणी सुटल्याने, मी लगेच चेंजिंग रूमच्या बाहेर पडले. तेव्हा बाहेर कपडे ट्राय करण्यासाठी उभ्या असलेल्या बाया माझ्याकडे मारक्या म्हशीसारख्या बघत होत्या. माझ्या मोठ्या आवाजाला बहुतेक त्या त्रासल्या असाव्यात.

बाय द वे, आय एम वेरोनिका.

स्टायलिश नावावर जाऊ नका कारण मी मुळीच तशी नाही. मी २० वर्षांची, गबाळी, ऍवरेज लूकिंग मुलगी आहे; जिला आयुष्यात पुढे काय करायचं हे अजूनही कळलेलं नाहीये.

मी थोडी वजनात जास्त आहे. ओके, ओके, थोडी नाही; जरा जास्तच वजनदार आहे. इन शॉर्ट, मी लठ्ठ आहे.

मला ड्रेसिंग सेंस नाही. करिअर गोल्स नाहीत. कधी मला म्युझिक डायरेक्टर व्हावंसं वाटत, पण कुठून सुरुवात करायची ते कळत नाही. कधी रेडिओ जॉकीबनावंसं वाटत, पण मी नेहमीच त्यांच्यासारखी गोडही बोलू शकत नाही. कधी एयर होस्टेस व्हावंसं वाटत, पण त्यासाठी मला खूप सारं वजन कमी करावं लागेल आणि त्यासाठी पिझ्झा, चॉकलेट्स हे सगळं सोडावं लागेल. जे मला अजिबात जमणार नाही, कारण 'खाणं' हेच माझ्या आयुष्यातलं पहिलं प्रेम आहे.

काही लोक गाण्यात, काही नाचण्यात तर काही अभ्यासात चांगले असतात. मी खाण्यात चांगली आहे. इन फॅक्ट, इटिंग इज माय वन अँड ओन्ली वन टॅलेंट.

तर अश्याप्रकारे माझं ड्रीम प्रोफेशन दर महिन्याला चेंज होत राहतं. इन शॉर्ट, आय एम अ मेस.

सध्या मी माझं ग्रॅज्युएशन कसंतरी पूर्ण करण्याच्या मार्गावर आहे.

एनीवेज, बस झालं आता हे वेरोनिका पुराण. तर मी कुठे होते?

हां..

तर ही गोष्ट आहे मागच्या वीकएन्डची. आम्ही सगळे सेंट्रल मॉलमधे शॉपिंगला गेलेलो होतो. आम्ही म्हणजे; मी, माझी लहानपणीची मैत्रीण 'राधिका', माझा कॉलेजचा बेस्ट फ्रेंड 'विवान' आणि त्याची स्वीटहार्ट गर्लफ्रेंड, 'कायरा'.

आय हेट धीस नेम.

इन फॅक्ट, तिच्याशी निगडीत सगळ्याच गोष्टींचा मला राग येतो, कारण ती माझा बेस्ट फ्रेंड माझ्यापासून हिरावून घेत आहे.

"व्हेअर इज धीस शिटहेड, विव्या?" मी राधिकाला विचारलं.

"मी त्याला पिंग करून थर्ड फ्लोअरला ये असं सांगितलंय." राधिकाने माझी भाषा न आवडल्यामुळे रागाने उत्तर दिलं.

तिच्या चेहऱ्यावरून असं वाटत होतं, की ती मला चांगलीच कंटाळली होती आणि 'ह्यापुढे माझ्यासोबत कधीच शॉपिंगला यायचं नाही.' अशी प्रतिज्ञाही तिने मनातल्या मनात घेतली असावी.

"वीरु, तू आणि विवान पहिल्यांदा कुठे भेटले होतात?" बिचारी राधिका, अजूनही माझ्याशी बोलून मला शांत करण्याचा प्रयत्न करत होती.

हो. मीच 'वीरु'. माझे सर्व मित्रमैत्रिणी मला वीरुच म्हणतात. त्याला दोन कारणं आहेत. एक म्हणजे वेरोनिकापेक्षा ते शॉर्ट आहे आणि दुसरं म्हणजे माझ्यात मुलींचे कुठलेच गुण नाहीत; म्हणून 'वीरु' मला जास्त शोभतं, असं त्यांचं मत आहे.

"विवानला मी पहिल्यांदा बॉईज वॉशरूममधे भेटले होते." तोंडात पिझ्झा कोंबून मी बोलले.

राधिकाने आश्चर्यचकित होऊन तिच्या तोंडातल्या कोल्ड्रिंकचे फवारे माझ्यावर उडवले, फुर्रर्रर्र.

आणि मग म्हणाली, "व्हॉट! कसं काय शक्य आहे हे?"

त्या कोल्ड्रिंकने मला तिने अंघोळ घातली, म्हणून मी तिच्याकडे डोळे वटारले आणि रागाने चार पाच शिव्या हाणल्या. ते कोल्ड्रिंक पुसण्यासाठी मी टिश्यू हाती घेतला, पण तिने त्याकडे दुर्लक्ष करत परत मला विचारले, "कसं काय?"

"तो कॉलेजचा पहिला दिवस होता. नेहमीप्रमाणे मी कन्फ्युज अवस्थेत, शरीर कॉलेजमधे, मन दुसरीकडे, कुठल्यातरी दुसऱ्याच विचारात; सोबतच जोराची सुसू लागली होती आणि मग वॉशरूमच्या बाहेरचं बोर्ड बघायचं विसरले आणि तशीच आत घुसले."

"आणि मग?" राधिकाची उत्सुकता शिगेला पोहोचली होती.

"मला काही कळायच्या आत खूप उशीर झाला होता, आम्हा दोघांनाही सावरण्यास. मला फक्त एवढंच आठवतं की, त्यानंतर आम्हा दोघांच्या तोंडातून शिव्यांचा पाऊस पडला आणि मग त्या पूरासोबत जितक्या लवकर बाहेर निघता येईल तितक्या लवकर मी बाहेर पडले."

राधिका मोठ्याने हसून, "तू खरंच खूप मोठी आयटम आहेस." असं म्हणाली.

"काही दिवसांनी मला कळलं की, तो माझा सिनिअर आहे. त्याने माझी रॅगिंग करून चांगलाच बदला घेतला. पण का कुणास ठाऊक, आम्ही दोघेही इतके वेगळे असूनही, आमच्यात एक वेगळंच स्पेशल बॉण्डिंग होत गेलं. आम्ही इतके घट्ट फ्रेंड्स कधी नि कसे झालो हे सांगणे अवघड आहे, कारण आम्हाला सुद्धा ते कळलं नाही. आता आम्ही बेस्टीज आहोत, पण आता ह्या कायराफायरामुळे आमच्या फ्रेंडशिपचा लवकरच 'दि एन्ड' होईल."

राधिका त्यावर काहीतरी बोलणारंच तेवढ्यात विवान आणि त्याच्या बिलव्हड गर्लफ्रेंडची एंट्री झाली.

आम्ही चौघेही सेंट्रल मॉलच्या फूड झोनमधे होतो. आम्ही सगळयांनी एकमेकांना, 'हाय', 'हॅलो' केले. मी माझी फेक स्माईल मेंटेन करण्याचा प्रयत्न करत होते.

विवान राधिकाच्या बाजूच्या चेअरवर जाऊन बसला. माझ्या आणि त्याच्यामधे एक रिकामी चेअर होती. ती कायरटली तिथे बसण्याआधी मी पटकन माझ्या जागेवरून पिझ्झा घेऊन उठले आणि विवानच्या बाजूला टूपकन जाऊन बसले आणि त्याला पिझ्झा ऑफर केला. मिस ब्युटी क्वीन जवळ माझ्या बाजूला बसण्याशिवाय दूसरा कोणता पर्याय नव्हता.

विवान माझ्याकडे बघून म्हणाला,

"नो, वीरु. हे हेल्दी नाहीये शरीरासाठी. कायराने मला सांगितलंय की हेल्दी डाएट हे किती आवश्यक असतं. तू सुद्धा हे असलं जंक फूड खाऊ नकोस. मी काहीतरी हेल्दी मागवतो."

व्हॉट द हेल! आता हा जेवणसुद्धा ह्या मिस मेडिकल स्टुडन्टच्या हिशोबाने करणार. बॉसी बिच! मी वेटरला बोलावले आणि मी माझा ड्रॅमॅटीक आवाज काढत त्याला विचारले,

"भैया, आपके पास करेले का ज्यूस मिलेगा क्या? यू नो व्हॉट, माझे मित्र खूपच हेल्थ कॉन्शियस झाले आहेत अचानक."

राधिकाने माझ्या पायाला जोराने टेबल खालून लाथ मारली आणि मला 'डोन्ट मेक अ सिन.' असे तिच्या हावभावांनी खुणावले.

त्या कायरटलीने ओह-मी-किती-गोड-समजूतदार-छान-मुलगी-आहे अश्या टोनमधे म्हटले,

“वीरु, एकदम कारल्याचाच ज्यूस प्यायची गरज नाही. आपण जंक फूड टाळायला पाहिजे. जसं पिझ्झाऐवजी आपण दोसा किंवा इडली खाऊ शकतो.”

“डोन्ट कॉल मी वीरू. तो हक्क फक्त माझ्या जवळच्या मित्रमैत्रिणींनाच आहे.” मी उद्धटपणे बोलले.

“बरं. आय एम सो सॉरी.” ती त्यावर एवढंच म्हणाली.

बघितलं, मी किती मूर्ख आहे ते. मी असं वागून विवानसमोर माझी इमेज एखाद्या खलनायिकेसारखी बनवत होते तर दुसरीकडे ती मात्र गोड गोड बोलून स्वतः नायिका बनत होती.

जाऊ दे. पण माझं डोकं खूप सटकलं होतं; त्यामुळे आय डिडन्ट केअर अबाऊट ऑल धीस शीट.

मी त्या मिस ब्युटी क्वीनकडे बारकाईने निरखून बघितले. येस, राधिका बरोबर होती. ती खूप हॉट होती. दिसायला सुंदर, मेडिकल स्टुडंट म्हणजे हुशार तर असणारच. तिने एकदम शॉर्ट वन पीस ड्रेस घातला होता, ज्यामुळे तिचे सेक्सी पाय स्पष्ट दिसत होते.

तिच्याकडे बघा आणि माझ्याकडे! व्हाय गॉड? व्हाय? का असा भेदभाव केलास तू? माझं वजन कुणाला दान करता आलं असतं तर, मी ते हसत हसत केलं असतं. पण देवा तू तो ही ऑप्शन दिला नाहीस.

मला वाटतंय मी तिच्या पायांकडे जरा जास्तच वेळ बघतेय. एम आय टर्निंग इनटू अ लेस्बियन?

“तुझे डोळे दुसरीकडे फिरव, मूर्ख मुली.” मेंदू ओरडला.

“तिच्या चेहऱ्याकडे बघ..

नाही, तिच्या चेहऱ्याकडे बघितलं तरी मला माझ्या तळपायाची आग मस्तकात जाते.

मग दुसरीकडे कुठेतरी बघ, विवानकडे.

तो मूर्ख तिला टापत बसलाय- नाही.. त्याच्याकडे बघितल्यावर त्याचाही राग येतोय.

मग राधिका- ती बावळट विवानच्या गोष्टींमधे हरवली आहे. हिच्याकडे पण नको.

मग पिझ्झा?

येस, पिझ्झा. कॉन्सन्ट्रेट ऑन इट. पिझ्झा मेक्स मी हॅपी. सो, पिझ्झा इज माय हॅप्पीनेस नाऊ."

त्यानंतर पूर्ण वेळ मी माझं पूर्ण लक्ष पिझ्झाकडे लावलं. पिझ्झा आणि मी पूर्णपणे प्रेमात बुडालो असल्यामुळे, बाकीच्यांचा फक्त बॅकग्राउंडमधे हसण्याचा, बडबडण्याचा, ब्ला.. ब्ला..ब्ला, एवढाच आवाज मला येत होता.

सगळ्यांनी मिळून खडकवासल्याकडे ड्राईव्ह करायचे ठरवले. मी आणि राधिका पार्किंगमधे त्या लव्हबर्डसची वाट बघत होतो. मी विवानला बाईकवर बसलेले बघितले आणि त्याच्या बाईकवर बसण्यासाठी त्याच्याकडे जायला लागले पण तो माझा अँटी-डे होता.

शेवटी माझ्या हातात फक्त राधिकाच्या स्कुटीवर मागे बसून, "दॅट बिच ह्याज टेकन माय सीट ऑन हिज बाईक." असे ओरडणेच राहिले.

आणि त्यानंतर राधिकाही तिच्या हेल्मेट मधून ओरडली, "थँक गॉड, मी हेल्मेट घातलं आहे."

आम्ही खडकवासल्याला पोहोचल्यावर लव्हबर्डस आपल्याच गप्पांमध्ये रमले होते. तर राधिका आणि मी एका दगडावर बसलो होतो. मी अजूनही वैतागलेले होते तर राधिका नेहमीप्रमाणे शांत होती. आमच्यातली शांतता भंग करत तिने मला विचारले,

"विवान कसा मुलगा आहे?"

मी थोडावेळ विचार करत बसले आणि मग म्हणाले,

"तो खूप वेगळाच वाटतो मला, म्हणजे ही इज लाईक 'रेमन्ड- द कंप्लिट मॅन'. तो खूप मॅच्युअर आहे पण सोबतच फन लविंग पण आहे. जसं बघ, आम्ही दोघेही किती वेगळे आहोत? मला कुठलेच लाईफ गोल्स नाहीत, पण तो त्याच्या फ्युचरबद्दल खूप क्लिअर आहे; तरीही तो माझ्यावर खूप प्रेम करतो. म्हणजे मी पण त्याच्यासारखं असावं, वागावं, ही त्याची इच्छा नसते. तो मला आयुष्य कसं जगावं ह्याबद्दल शिकवतो, अभ्यासात पण मदत करतो.

त्याच्यामुळेच तर कशीबशी मी परीक्षेत पास होतेय. तर असा आहे तो. कधी कधी मी त्याला गमतीत 'रेमन्ड' तर कधी शिव्याही मारते. त्याला भेटल्यावर मला असं वाटलं की माझ्यातलं काहीतरी मिसिंग होतं ते मला मिळालं. ही कंप्लिट्स मी. आता मी माझ्या आयुष्याची त्याच्याविना कल्पनाच करू शकत नाही."

मला माहिती नाही की, मी तिथल्या रम्य वातावरणामुळे ऑर नैसर्गिक सौंदर्यामुळे किंवा विवानच्या विचारांमुळे, पण थोड्यावेळाने मी एकदम शांत आणि रिलॅक्स झाले.

परत थोड्या शांततेनंतर,"आय थिंक, यू लव्ह हीम."

मी त्यावर राधिकाला म्हणाले, "ऑफ कोर्स, आय लव्ह हीम; कारण तो माझा मित्र आहे."

"मित्र आहे म्हणून नाही डंबो. हे प्रेम वेगळ्याप्रकारचं आहे जसं.. ..जसं की.. लैला-मजनू, रोमिओ-ज्युलिएटमधे होतं तसं प्रेम. म्हणून तू त्याला दुसऱ्या मुलीसोबत बघू शकत नाही आहेस आणि जेलस होते आहेस."

"व्हॉट नॉनसेन्स! काहीही.."

"हो, वीरु. हे तसंच प्रेम आहे. तुला ही फीलिंग कळत नाहीये कारण तू मूर्ख आहेस. बरं मला सांग, तुला त्याची चांगली अथवा वाईट सवय ह्या दोन्हीही गोष्टी आवडतात की नाही? तू एक दिवस तरी त्याच्याशिवाय, त्याच्याशी न बोलता घालवू शकतेस का? तुझ्याऐवजी तो दुसऱ्या मुलीला प्रायोरिटी देईल, हे तू एक्ससेप्ट करू शकतेस का? कधीकधी तो तुझ्या आजूबाजूला जरी नसला तरीही तू त्याचा विचार करणं थांबवू शकतेस का?"

मी तिच्या प्रत्येक प्रश्नाचे मनातल्या मनात उत्तर देत गेले आणि माझ्या आयुष्यात पहिल्यांदा, मी कुठल्यातरी प्रश्नांचे उत्तर, थोडीही कन्फ्युज न होता देऊ शकले.

च्यायला! असं परीक्षा देतांना उत्तर लिहिणं मला जमलं असतं तर, किती बरं झालं असतं ना! प्रत्येक प्रश्नाच्या उत्तरासोबत का कुणास ठावूक, पण मी खूप इमोशनल होत गेले आणि व्या.. व्या.. करत रडायला लागले.

“व्या..व्या! आता मी काय करू राधिका? व्या..व्या..! माझं पण त्या कुछ कुछ होता है सिनेमातल्या अंजलीसारखं झालंय. मेरा पहला प्यार अधुरा रह गया राधिका. व्या..व्या..! आता मी पण ह्या दोघांच्या लग्नात रणबीर कपूरसारखं, ‘अच्छा चलता हूँ..दुवाओ में याद रखना’ गाणार..व्या.. व्या..!व्या..व्या..!”

“मूर्खासारखी फालतू बडबड करू नकोस आणि हे असं तोंड वासून रडणं थांबव आधी.”

“मग काय करू मी आता?” मी माझे डोळे पुसत, हुंदके देत म्हणाले.

“जा त्याच्याजवळ आणि सांग त्याला.”

“पण तो मला गर्ल समजतो की नाही हेही, मला माहिती नाही; मग तो मला ॲज अ गर्लफ्रेंड कसं इमॅजिन करू शकेल? आणि ह्या कायरटलीच्या बच्चीचं काय करू?”

“आधी शांत हो. थोडी रिलॅक्स हो आणि मग त्याला सांगायला जा पण आत्ताच. मी त्या कायराचा काहीतरी बंदोबस्त करते.”

राधिकाने काहीतरी जुगाड करून मुंगळ्यासारखी विवान नावाच्या गुळाला चिटकलेल्या त्या मिस ब्युटी क्वीनला वेगळं केलं आणि मला आणि विवानला बोलायला एकटं सोडलं. आता मी आणि विवान एकमेकांसमोर उभे होतो. मला कळत नव्हतं कुठून सुरुवात करू? म्हणून मी,

“मला तुला काहीतरी सांगायचं आहे, विव.” फक्त एवढंच बोलले.

आणि नंतर मी काहीतरी बोलणार ही वाट बघत तो माझ्याकडे एकटक बघत राहिला. पुढच्याच क्षणाला परत मला रडावसं वाटलं पण मी स्वतःला कसंबसं सावरलं.

विवान आतुरतेने म्हणाला, “वीरु, बोल काहीतरी.”

“त्या स्टुपिड बिच कायरासोबत लग्न करू नकोस.” मी एवढंच बोलू शकले.

“मी तिच्यासोबत लगेच काही लग्न नाही करणार आहे. ती सध्या फक्त माझी गर्लफ्रेंड आहे. कदाचित एके दिवशी करेनही, पण ते बऱ्याच गोष्टींवर अवलंबून आहे. आमचं किती जुळतंय, त्यावर ते सगळं ठरेल. पण ती बिच नाही. प्लीज, डोन्ट यूझ सच अ बॅड वर्ड फॉर हर.”

“नो, आय मीन..आय थिंक..तू तिच्यासोबत ब्रेकअप कर..” खालची जमीन मी पायाच्या अंगठ्याने उकरत होते.

विवान नेहमीप्रमाणे हसत शांततेने म्हणाला,

“आणि मी तसं का करू? सध्यातरी ब्रेकअप करण्यासारखं, काहीच कारण नाही आहे.”

“कारण..कारण..हां..कारण मला ती आवडत नाही.”

“पण मला ती आवडते.”

मी परत थोडावेळ स्तब्ध झाले.

विवान परत मला म्हणाला, “वीरु, तुला काय बोलायचं ते स्पष्टपणे सांग. मला अजूनही तुझा मुद्दा कळलेला नाहीये.”

“ओके..ओके.. हे बघं मला हे सगळं कसं सांगतात माहिती नाही. इन फॅक्ट मला कोणतीच गोष्ट कशी करावी ते कळत नाही. मला देवदासचा फिमेल व्हर्जन बनायचं नाहीये. मला दारू पिऊन तुझ्या लग्नात, ‘तू प्यार है किसी और का तुझे चाहता कोई और है..’ हे गाणं गायचं नाहीये. मला तुझ्या फ्रेंडझोनमधे नेहमीसाठी पडायचं नाहीये. मी तुला दुसऱ्या कुठल्याच मुलीसोबत बघू शकत नाही. मला नेहमीसाठी तुझ्यासोबत राहायचं आहे, फॉरएव्हर..” आणि परत माझ्या डोळ्यांतून अश्रू वाहायला लागले.

तो माझ्याजवळ आला. माझा चेहरा त्याने एकदम नाजूकपणे, प्रेमाने त्याच्या ओंजळीत घेतला आणि माझ्या कपाळावर त्याचे ओठ टेकवले. ओ माय गॉड! ती जगातली सगळ्यात सुंदर फीलिंग होती. थोडा वेळ सगळ्याच गोष्टींचा विसर पडला. सगळं जग थांबल्यासारखं वाटलं. पण नक्की काय होतं त्याच्या मनात, अजूनही कळत नव्हतं. वॉज इट किस ऑफ लव्ह ऑर फ्रेंडशिप?

शेवटी मी माझं प्रेम कबूल केलंच पण त्याला काय वाटतंय हे अजूनही मला ठाऊक नव्हतं.

विवान हसत हसत म्हणायला लागला, “तुला माहिती नाही वीरु, पण तू मला तुझ्या प्रेमाची कबुली देत आहेस, असं मी बऱ्याचदा इमॅजिन केलंय. पण हे फारच हटके होतं. हे तुझं प्रपोज़ करणं खूप मजेशीर आणि थोडं स्टुपिड होतं, पण मला हे खुपच आवडलं. हे खूप क्युट होतं.”

तो काय बोलत होता मला काही कळतच नव्हतं. मी थोडावेळ त्याच्याकडे बघतच राहिले.

“मला सुद्धा बऱ्याच दिवसांपासून तुझ्याबद्दल तेच वाटतंय जे तुला आता माझ्याबद्दल. मला माहिती होतं की तुझं पण माझ्यावर प्रेम आहे, पण मला ते तुझ्या तोंडून ऐकायचं होतं, तुझ्या स्टाईलमधे. आणि तुला स्वतःहून ते जाणवू द्यायचं होतं, म्हणून मी कधी ते व्यक्त केलं नाही.

कायरा माझी गर्लफ्रेंड नाही. ती माझ्या एका मित्राची मैत्रीण आहे. ती फक्त मला मदत करत होती. तुझे क्या लगा, मोटू? प्रॅन्क सिर्फ तू ही कर सकती है?” आणि तो मोठ्याने हसू लागला.

मला हसावे की रडावे की रागवावे तेच कळत नव्हते. मी खोट्या रागाने त्याला स्वतःपासून दूर ढकललं, पण त्याने परत मला त्याच्याजवळ ओढलं. मी नुसतेच हसले, आणि मी त्याच्या डोळ्यांत बघितले तेव्हा त्याच्या डोळ्यांत फक्त मीच दिसले आणि सोबतच त्याच्या चेहऱ्यावरून ओसंडून वाहणारा आनंद दिसला. असं वाटलं की आता काहीतरी घडणार, तेवढ्यात त्याने त्याचे ओठ माझ्या ओठांवर टेकवले.

“वाव!” तो म्हणाला.

मला वाटलं त्याला ते किस आवडलं. माझं पहिलं किस इतकं परफेक्ट होतं म्हणून तो ‘वाव’ म्हणाला असावा.

आणि मग म्हणाला, “ह्या किसवरून मला हे कळलंय की, आता मला तुला किस करणे सुद्धा शिकवावे लागणार.” परत मोठमोठ्याने हसायला लागला..

मी त्याला ठोशे मारत त्याच्यावर “साल्या, नालायका, बीप, बीप, बीप...” अश्या शिव्यांचा वर्षाव केला.

“का देवा का? मी तुला नाजूक, सौज्वळ गर्लफ्रेंड मागितली होती आणि तू मला असला सैतान, मारकूट्या बॉयफ्रेंड दिलास.” असं म्हणून तो मला चिडवू लागला.

“गो टू हेल! आय हेट यू.” मी ओरडून म्हणाले.

"ओके..ओके, बरं बोक्या, फर्स्ट टाइमच्या हिशोबाने एवढं वाईट पण नव्हतं."

नंतरही तो हसतच होता. मी ही रागावले असल्याचं नाटक करत होते पण मनातून हसत होते आणि विवान हसत होता माझ्या डोळ्यांत, अँड दॅट्स हाऊ अवर फ्रेंडशिप मेट लव्ह, फॉरेव्हर..

2

अमरप्रेम

आशुतोषला पाऊस खूप आवडायचा.

पावसाळा आला रे आला की, काय करू नि काय नको असं व्हायचं त्याला. ढगांना हात लावायला पहाडावर ट्रेकिंगला जायचा, भर पावसात बाईकवर लॉन्ग ड्राईव्हला निघायचा.

कधी झरझर वाहणारा झरा, कधी बेभानपणे खळखळणारा धबधबा, कधी धरणाच्या दारांतून कोसळणाऱ्या दुग्धधारा; हे सगळं तो मंत्रमुग्ध होऊन त्याच्या पाणीदार डोळ्यांनी टिपत राहायचा.

ते बघताना त्याच्या डोळ्यांत एक वेगळीचं चमक असायची; एखाद्या निरागस बाळाच्या डोळ्यांसारखी.

तो मूळचा नागपूरचा. पावसावरच्या प्रेमापायी त्याने नागपूर सोडून मुंबई गाठलं आणि इथेच नोकरी मिळविली.

ह्याउलट मी, मूळची भरभरून पावसाची देणगी मिळालेल्या कोकणची, पण मला पाऊस म्हणजे वैताग वाटायचा. पाऊस म्हणजे सगळीकडे चिखलच चिखल, ओले कपडे, छत्रीचे ओझे, दमट वातावरण, मरगळ आणि दिवसभर काळ्याकुट्ट ढगांनी पसरवलेला रात्रीसमं अंधार.

आशुतोष आणि मी एका कॉमन फ्रेंडच्या घरी अश्याच एका पावसाच्या दिवशी भेटलो आणि मग भेटतच गेलो. त्याची आणि माझी मैत्री कधी आणि कशी झाली हे कळलंच नाही.

अश्याच एका पावसात भिजलेल्या रविवारी तो घरी आला नि आपल्या नागपुरी शैलीत म्हणाला, "चल वं पोट्टे, आज तुले वर स्वर्गात नेतो."

त्याच्यातला विदर्भवासी अधूनमधून वऱ्हाडी बोलून जागा व्हायचा.

"अरे बापरे! डायरेक्ट स्वर्गात. तू बाजीगरमधला शाहरुख तर नाहीस ना? आपली काही खानदानी दुश्मनी वगैरे आहे की काय; ज्यामुळे शिल्पा शेट्टीप्रमाणे मला तू स्वर्गात पाठवण्याचा प्लॅन बनवतो आहेस."

"हट्ट! स्वर्ग आणि तू? स्वतःच्या कर्माचा पाढा वाचलाय कधी? अग तुला शंभर टक्के नरकच मिळणार आहे ह्याची गॅरन्टी देतो मी. मेल्यावर तर नरकातच जाशील म्हणून आता जिवंतपणी तरी एकदा स्वर्ग बघून घे."

"नालायका! मेल्या! गाढवा! मुर्खा!" मी रागाचा आव आणून त्याला शिव्या मारल्या.

"खतरनाक! खतरनाक दिसतेस तू गौरी रागात."

"काय?" मी एवढी वाईट का दिसतेय हे आरश्यात बघायला गेले.

"अव्व माय! खतरनाक म्हणजे लय भारी, किलर, टप्पा, झकास म्हणजेच तुमच्या भाषेत अतिसुंदर. आम्ही नागपुरवाले त्याला खतरनाक म्हणतो." शेवटी त्याने माझ्याकडे बघून त्याचा उजवा डोळा मारला. मी लाजून मान खाली घातली.

आशुतोष म्हणायचा तुम्हा कोकणवाल्यांच्या शिव्याही स्तुतीसुमनांचा वर्षाव वाटतात आणि आम्हां विदर्भवासियांची स्तुतीही शिव्यांसम भासते. हे मात्र खरं होतं.

अखेर मी त्या भर पावसात ट्रेकिंगला जायला तयार झाले. शेवटी आशुतोष होता तो; माझा नकार होकारात कसा बदलायचा, हे त्याला बरोबर ठाऊक होतं.

आम्ही गडावर पोहोचलो तेव्हा सगळीकडे ढगंच ढग, धुकेच धुके. खरंच तो स्वर्गच भासत होता. स्वप्नच जणू. धूसर धूसर ओले वातावरण, बाजूला कोसळणाऱ्या धबधब्याचा सतत येणारा आवाज, वरून कोसळणाऱ्या अमृतसरी. थोड्या अंतरावरचेही दिसत नव्हते. धबधब्याच्या आवाजाशिवाय दुसरे काही ऐकू येत नव्हते.

आशुतोष वेड्यासारखा त्या ढगांना हातात पकडून बघत होता. आशुतोष बेधुंद होऊन त्या पावसाच्या सरी बघत होता तर मी आशुतोषला.

असं वाटलं जणू त्या क्षणी, त्या मऊ ढगांच्या चादरीत; फक्त तो, मी आणि आमच्या भावना आहेत, इतर काहीही नाही. त्याच्या विखुरलेल्या केसांच्या कुरळ्या बटांवरचा, एक एक पावसाचा मोती टिपत, माझे मन नागमोळी वळणं घेत; त्याच्या गहिऱ्या डोळ्यांच्या खोल डोहात जाऊन बुडत होतं. हा सुंदर प्रवास कधीच संपू नये असं वाटत होतं. त्या डोहातून मी कधीच बाहेर पडू नये असं वाटत होतं.

तेवढ्यात त्याने माझ्याकडे एक कटाक्ष टाकला. मी कावरीबावरी झाले आणि मान खाली घातली. दुसऱ्याच क्षणी वर बघितले तेव्हा आशुतोष माझ्या अगदी जवळ आला होता. मी पुन्हा त्याच्या मोहिनी घालणाऱ्या डोळ्यांत हरवले. असं वाटलं त्या क्षणी ते दोन डोळेच तेवढे आहे ह्या जगात, बाकी काहीही नाही आणि मग अजान वेळी त्याने माझ्या ओठांवरचे पाण्याचे थेंब टिपले आणि मी त्याच्या ओठांवरचे अमृत.

त्या आधी मला पाऊस इतका कधीच भावला नव्हता. तेव्हापासून मी प्रेमात पडले आशुतोष आणि त्याचा पाऊस, ह्या दोघांच्याही. त्यानंतर एका वर्षानी आम्ही लग्नबंधनात अडकलो. सगळं कसं एखाद्या परिकथेप्रमाणे घडत होतं.

आशुतोष मला अगदी फुलाप्रमाणे जपत होता. बाहेरची कुठलीही कामं, बँकेचे व्यवहार वगैरे वगैरे त्याने माझ्यावर कधीच येऊ दिले नाही. तो तिथे मी आणि मी तिथे तो. त्यामुळे कुठेही त्याच्यासोबतच जायचे. कार चालवणं शिकण्याची सुद्धा गरज भासली नाही. फक्त ऑफिसमधेच तेवढं मी लोकलने जायचे. प्रत्येक गोष्टीसाठी मी आशुतोषवर अवलंबून राहायचे.

मी खूप सुखात होते आणि ह्या सुखाला माझीच नजर लागेल की काय? असं वाटायचं कधी कधी. शेवटी लग्नाच्या दोन वर्षांनी तो दिवस उजाळलाच.

तारीख होती २६ जुलै २००५.

मी त्या दिवशी दादरमध्ये असलेल्या माझ्या ऑफिसमधे होते तर आशुतोषने पाठदुखीमुळे सुट्टी टाकली होती. त्यामुळे तो कांदिवलीला म्हणजे आमच्या घरी आराम करत होता.

दुपारी दोन वाजतापासून मुसळधार पाऊस सुरु झाला तो वाढतच गेला. मुंबई पाण्याखाली बुडू लागली होती. ट्रेन्स, टॅक्सी सगळं ट्रान्सपोर्ट बंद, फोन लाईन्स बंद. रात्र होऊ लागली.

ऑफिसमधले आम्ही पाऊस थांबण्याची वाट बघत होतो. मला आशुतोष कसा असेल, ही काळजी वाटत होती. रस्त्यावरचं पाणी ऑफिसमध्ये शिरू लागलं. पाऊस अजूनच रौद्ररूप धारण करत होता. आम्ही सगळे खुर्च्यांवर पाय जवळ घेऊन बसलो. नंतर टेबलवर बसलो. पाणी गळ्यापर्यंत येऊ लागलं. सगळ्यांच्या चेहऱ्यावर भिती स्पष्ट दिसत होती. पाणी नाकापर्यंत आलं. मरण डोळ्यांसमोर दिसत होतं. मला फक्त एकदाच शेवटचं आशुतोषला बघावंसं वाटत होतं. मी डोळे बंद केले; त्याचा चेहरा माझ्या डोळ्यांसमोर आला.

नंतर श्वास घेण्यासाठी त्या पाण्यात मी धडपडू लागले, वर राहण्यासाठी हातपाय मारू लागले. त्यानंतरच मात्र काहीच आठवत नाही..

एकदम जीव गुदमरून आला नि मी श्वास घेण्यास तोंड उघडले. मला जाग आली. मी एका हॉस्पिटलमध्ये होते. माझ्या डोळ्यांसमोर नखशिखांत भिजलेला आशुतोष होता.

कांदिवली ते दादर तो न जाणे कसा, काय काय सहन करून रात्रभर चालत, पोहत मला शोधायला आला होता. त्याचे केस, कपडे ओलेचिंब झालेले. कुठे कुठे शर्ट मळलेला तर फाटलेलाही होता. डोळ्यांत थकवा, झोप स्पष्ट दिसत होती.

मला शुद्धीवर आलेलं बघून, तो त्याच्या केविलवाण्या अवस्थेतही हसला आणि दुसऱ्याच क्षणी त्याचे डोळे भरून आले. त्याने समोर झुकून माझ्या कपाळाचे चुंबन घेतले, तेव्हा त्याचे अश्रू प्रेमाचा वर्षाव करत माझ्या चेहऱ्यावर पडत राहिले, किती तरी वेळ...

त्यानंतर काही दिवसांनी..

मुंबई हळूहळू पुन्हा रुळावर आली. त्या पुराचं वादळ शमलं होतं, पण आमच्या आयुष्यात मात्र नवीन वादळाने थैमान घातलं होतं. त्या पुरानंतर आशुतोष अधूनमधून आजारी पडू लागला. माझ्यासोबत खूप विचित्र पद्धतीने वागू लागला. लहानसहान गोष्टींवरून त्याची चिडचिड होऊ लागली. मला बाहेरच्या कामात मदत करणंही त्याने सोडलं होतं.

कुठे बाहेर जाऊ म्हटलं की, "ट्रॅफिकमुळे गाडी चालवावीशी वाटत नाही. तूच का गाडी शिकून घेत नाहीस?" असं म्हणायचा. शेवटी एक दिवस चिडून मी ड्राइविंग क्लाससुरु केला. हळूहळू बँकेची कामं, विजेचं बिल, टेलिफोन बिल, गॅस सिलेंडर आणणे; ही सगळी कामं मीच करू लागले. मी बऱ्यापैकी स्वावलंबी झाले.

ह्या सगळ्या कामांपेक्षाही सगळ्यात जास्त खटकायला लागलं, ते आशुतोषने मला दूर करणं. तो मला त्याच्या जवळही येऊ देत नव्हता; जणू त्याचा माझ्यातला इन्टरेस्टच संपला होता.

मला त्याच्यावर शंका यायला लागली; तेव्हा मी त्याचा मोबाईल चेक करणं सुरु केलं. त्यातून लक्षात आलं की तो सतत एका नर्सच्या, रेश्माच्या संपर्कात होता.

रेश्मा, आम्हाला मुंबईत आलेल्या पुरानंतर मी ज्या हॉस्पिटलमध्ये ॲडमिट होते, तिथेच भेटलेली. दिसायला ती माझ्यापेक्षा सुंदर होती.

ते दिवस मन गुदमरुन टाकणारे होते.

आशुतोष असं काही करेन, असं स्वप्नातही मला कधी वाटलं नव्हतं. पण मला काहीही करून आशुतोषला परत मिळवायचं होतं, म्हणून मी धडपडू लागले. त्याला आनंदी ठेवण्याचा प्रयत्न करू लागले, पण सगळं व्यर्थ वाटत होतं.

असंच एक वर्ष गेलं. पुन्हा पावसाळा आला.

एके दिवशी, मी आशुतोषला ट्रेकिंगला चलण्याचा आग्रह करू लागले.

"नाही म्हणजे नाही. मला कुठेच यायचं नाही आहे." तो ठामपणे म्हणाला.

"आशु, प्लीज चल ना. अरे, तुलाच आवडायचा ना पाऊस. चल ना, तुझा मूड फ्रेश होईल; ढगात गेल्यावर, स्वर्गात गेल्यावर." मी हसत म्हणाले.

"नाही म्हटलं ना एकदा. मला कंटाळा आलाय आता पावसाचा.." तो चिडून म्हणाला.

"कंटाळा! हो रे..बरोबर आहे. तुला खरंच कंटाळा आलाय, पावसाचा आणि माझाही." मी कसेतरी अश्रू रोखून बोलले आणि दुसऱ्या रूममध्ये निघून गेले.

एके दिवशी, मनात विचार आला की, रेश्माला जाऊन भेटावं. 'आशुतोषला सोडून दे', असं मागणं तिच्याकडे मागावं. खरंच, जावं का मी तिच्याकडे? ती ऐकेल का माझं? दुसरं मन म्हणालं, सेल्फ रिस्पेक्ट नावाची काही गोष्ट आहे की नाही. असं कसं मी कुणाच्या गयावया करायला जाऊ शकते?

पण माणसाला मरण डोळ्यांसमोर दिसू लागलं की, तो प्रत्येक श्वासासाठी धडपड करू लागतो. जमेल ते प्रयत्न करू लागतो. तसंच माझं त्यावेळी झालं होतं.

आशुतोष म्हणजे माझं जीवन आणि त्याच्यासोबत प्रत्येक क्षण जगण्यासाठी मी जमेल ते करू लागले. त्यातला शेवटचा प्रयत्न मी त्या दिवशी करायचे ठरवले. मी रेश्माला भेटायचे ठरवले.

मी आशुतोषच्या मोबाईलमधून तिचा नंबर घेतला. सगळी हिम्मत एकवटून तिला कॉल केला. तिने फोन उचलला. थोडा वेळ काय बोलावं कळतच नव्हतं. दुःखाचा आवंढा गिळून, कसंबसं स्वतःला सावरून, मी तिला भेटायचं आहे असं सांगितलं. तिनेही जसे काही तिला अपेक्षितचं होतं की मी फोन करणार, अश्याप्रकारे उत्तर दिलं. लगेच भेटायलाही तयार झाली.

मी आशुतोषची बायको म्हटल्यावर तिने लगेच मला ओळखलं. म्हणजे मी जो विचार करत होते ते खरं निघालं. असं वाटलं होतं की हा फक्त माझा गैरसमज निघावा, भ्रम निघावा पण...

मी सगळं बळ एकवटून, मनाला सावरून तिला एका कॅफेमधे भेटले. दुपारची वेळ असल्यामुळे तिथे दोन तीन लोकं होते. त्यांचं भान न ठेवता, तिला विनवण्या करू लागले, रडू लागले, हात जोडू लागले. ती मात्र जसं काही झालंच नाही, तिला काहीच समजतच नाही आहे असं ती दाखवत होती. शेवटी मी शांत झाले; तेव्हा तिने मला पाण्याचा ग्लास

दिला.

"तुम्ही जे काही समजताय तसं काहीच नाही, मॅडम. तुम्ही जेव्हा मला फोन केला होता; तेव्हा मला वाटलं होतं की, आशुतोष सरांच्या तब्येतीबद्दल तुम्हाला विचारायचं असेल."

"काय झालंय आशुतोषच्या तब्येतीला?"

"म्हणजे आशुतोष सरांनी तुम्हाला काहीच सांगितले नाही. आशुतोष सर माझ्यासाठी फक्त एक पेशंट आहेत आणि मी त्यांच्यासाठी एक नर्स. ते अपॉइंटमेंट घेण्यासाठी मला फोन करतात. बाकी कशाचसाठी नाही."

"कसली अपॉइंटमेंट? काय झालंय त्याला. म्हणजे ताप, खोकला वगैरे असतो त्याला नेहमी, पण त्यासाठी कुणी सतत डॉक्टरकडे जात नाही."

ती काहीच बोलली नाही आणि मग म्हणाली,

"मी जे सांगतेय ते शांतपणे, मन खंबीर करून ऐका मॅडम. मुंबई पाण्यात बुडाली होती तेव्हा, तुम्ही आमच्या हॉस्पिटलमध्ये ॲडमिट होतात. त्याच दिवशी पूल कोसळल्यामुळे खूप लोक गंभीर अवस्थेत भरती करण्यात आले होते, ते आठवतंय का?"

मी त्यादिवशीचा सगळा घटनाक्रम आठवू लागले. त्यादिवशी पूर्ण हॉस्पिटलमध्ये गोंधळच गोंधळ होता. जखमी झालेली लहान मुलं, मोठी माणसं आणल्या जात होती. बेड कमी पडत होते. जिथे जागा मिळेल तिथे जखमींना टाकल्या जात होते. सगळीकडे आरडाओरडा, रडण्याचे विव्हळण्याचे आवाज ऐकू येत होते.

"हो. आठवतंय मला, पण त्या गोष्टीचा आता काय संबंध?"

"सांगते. ऐन त्याच वेळी हॉस्पिटलमधल्या ब्लडबँकमधले रक्त संपल्यामुळे, आम्ही चांगल्या अवस्थेत असलेल्या लोकांना रक्तदान करण्यासाठी विचारू लागलो. त्यावेळी आशुतोष सरांनी पण ब्लड डोनेट केलं होतं."

"केलं असेल. मग त्यात काय झालं?"

"त्यावेळी त्यांचं रक्त तपासण्यासाठी आमच्यातल्याच एका स्टाफ मेंबरच्या निष्काळजीपणामुळे आशुतोष सरांना एचआयव्ही संक्रमित

सुई टोचण्यात आली. त्यानंतर ते वारंवार आजारी पडायला लागले. त्यामुळे त्यांच्या ब्लड टेस्ट केल्या गेल्या आणि त्यात त्यांना एड्स झाल्याचं लक्षात आलं. ते चिडून आमच्या हॉस्पिटलमध्ये आले. ओरडू लागले, रडू लागले. मीच त्यावेळी त्यांना शांत केलं. 'माझ्या गौरीचं आता काय होईल? ती आता माझ्याशिवाय कशी राहील?' अशी सतत तुमची आठवण करू लागले.

मला त्यांच्याबद्दल खूपच सहानुभूती वाटू लागली; म्हणून मी त्यांच्या संपर्कात राहू लागले. ते तुमच्यावर खूप प्रेम करतात हो, मॅडम. आपण स्वतः आता जास्त जगणार नाही ह्यापेक्षाही जास्त दुःख, ते गेल्यावर तुमचं काय होईल? ह्याचं त्यांना आहे. त्यांच्याकडे आता जास्तीत जास्त एक वर्ष आहे." रेश्माचा आवाज हे सांगताना थरथरत होता.

मी सुन्न झाले. पूर्ण शरीर, मन, हृदय बधीर झाल्यासारखे वाटत होते. रस्त्याने सर्व प्रसंग आठवत गेले. त्याने मला बँकेचे, बाहेरचे व्यवहार करण्यास भाग पाडले होते; ते मला त्याच्याशिवाय जगण्यासाठी सक्षम बनवण्यासाठी. गाडी शिकण्यास भाग पाडले, ते मला तो नसतांनाही स्वावलंबी बनवण्यासाठी. मी मात्र त्याच्यावर, त्याच्या प्रेमावर अविश्वास दाखवला, संशय घेतला. तो गेल्या एका वर्षात कशाकशातून गेला असेल तरीही त्याने मला हे सगळं कधीच जाणवू दिलं नाही.

तश्याच सुन्न अवस्थेत घरी गेले, तेव्हा आशुतोष किचनमध्ये पाणी पित होता. मी त्याला जाऊन बिलगले. त्याला माझ्या मिठीत घट्ट बांधून घेतले. "का? आशु का? का लपवलंस माझ्यापासून?"

आणि त्या क्षणी इतका वेळ रोखून ठेवलेले मन, दुःखाने भरून आले आणि डोळ्यांतून बरसू लागले. आशुतोषही त्याचे अश्रू आवरू शकला नाही. आम्ही दोघेही आमच्या दोघांच्या अश्रूंच्या पावसात भिजत राहिलो, किती तरी वेळ..

पुढे एका वर्षाने, जून महिन्यात आशुतोष खूपच आजारी पडला; म्हणून त्याला ॲडमिट करावे लागले. सुट्या मिळत नव्हत्या म्हणून मी ऑफिसच्या आधी आणि नंतर हॉस्पिटलमधेच रहायला लागले.

आशुतोष दिवसेंदिवस खूपच कृश दिसायला लागला होता. हातपाय बारीक झाले होते, शरीरात त्राण उरला नव्हता. डोळे थकलेले दिसत होते. मी त्याच्या रूममधे गेले की, त्याच्या डोळ्यांत चमक यायची, ओठांवर सतत हास्य असायचे.

एक दिवस ऑफिसमधून निघतांना अचानक पाऊस आला नि मी त्या पावसात ओलीचिंब झाले. तशीच हॉस्पिटलला गेले.

"अरे वा! आज पाऊस आणला आहेस तू माझ्यासाठी." मी नुसतीच हसले.

"गौरी, मला एकदा दे ना पाऊस परत. मला दाखव ना तो ढगातला स्वर्ग पुन्हा एकदा."

मला ह्यावर काय बोलावे सुचलेच नाही. मी निःशब्द राहिले, कारण आशुतोषला त्या अवस्थेत बाहेर नेणे शक्य नव्हते. मी त्याच्याजवळ गेले नि त्याच्या चेहऱ्यावर थोडी झुकले. माझे चिंब ओले केस त्याच्या चेहऱ्यावर नेले. त्याच्या चेहऱ्यावर अंधार पडला नि मग मी माझे केस थोडे झटकले. माझ्या केसांतील पाऊस त्याच्या कुरळ्या केसांवर, चेहऱ्यावर, ओठांवर एकदम बरसला आणि त्याच्या चेहऱ्यावर हास्य खुलले.

मी समोर झुकून त्याच्या ओठांवरचे ते अमृताचे थेंब टिपले. त्या क्षणी तिथे फक्त तो, मी आणि आमचे दोन धडधडणारे हृदय, एवढेच अस्तित्वात आहेत असेच वाटत होते.

त्याच रात्री आशुतोष हे जग कायमचं सोडून गेला, पण माझ्या मनात कायम जिवंत राहिला.

तो गेल्यावर नर्स रेश्मा ह्यांनी मला एक चिठ्ठी आणून दिली.

"अय पोट्टे, जास्त रडायचं नाही आता. आता पोहोचलो मी स्वर्गात. तुले स्वर्ग मिळणार नाहीच पण फिकीर नॉट. मी शिफारस करतो तुह्यासाठी इथं. तुह्याही पत्ता एक दिवस कट होणारच आहे. तोपर्यंत मजा करून घे. मग भेटीनच मी.. इथं स्वर्गात.

फक्त येताना थोडा पाऊस घेऊन येशील माझ्यासाठी, तुझ्या केसांत बांधून. तिकडे कधी पाऊस आला तर समजून जाशील मी आलोय म्हणून, तुला भेटायला. काळजी घे..

तुझाच आशु.."

गौरीचे डोळे भरून आले. तेव्हाच गॅलरीत अचानक पाऊस पडू लागला. गौरी पावसाच्या रूपात आलेल्या आशुतोषच्या प्रेमात स्वतःभोवती, गिरक्या घेत, नखशिखांत ओली होत राहिली, कितीतरी वेळ....

3

एक्सट्रामॅरिटल अफेयर जरुरी होता है

रात्रीचे दहा वाजलेले..

एका क्लासी पबमधे नेहमीचंच वातावरण. मंद प्रकाश, लाऊड म्युझिक. काही मुलंमुली डान्स फ्लोरवर बेभान होऊन नाचत होते.

सानिका मात्र स्वतःतच गुंतलेली, विचारात हरवलेली. एकटीच बारटेंडरसमोर काहीतरी विचार करत बसली होती.

अनिकेत तिला बराच वेळ दुरून न्याहाळतहोता.

तिने शॉर्ट ब्लॅक ड्रेस घातला होता. ती बऱ्यापैकी उंच आणि तिची फिगर वेल मेंटेन्ड होती. ती जास्त स्लिम नव्हती पण फिट होती. तो तिला बघताच खूप इम्प्रेस झाला.

तिच्याशी बोलण्यासाठी तिच्या बाजूच्या चेअरवर जाऊन बसला. ती आपल्यातच गुंतलेली होती. शेवटी तोच म्हणाला,

"हॅलो, गॉर्जिअस!"

तिने त्याच्याकडे रागाने बघितलं आणि उठून जायला निघाली.

"हे! सीट डाउन डिअर. जाऊ नकोस अशी. मी तर तू उदास दिसलीस; म्हणून तुझ्याशी बोलायला आलोय."

नंतर बारटेंडरकडे बघून अनिकेत म्हणाला,

"वन कॉकटेल फॉर द लेडी."

ती परत चेअरवर बसून बारटेंडरला म्हणाली,

"आय वॉन्ट जेडी ऑन द रॉक्स."

मग त्याच्याकडे एक कटाक्ष टाकत म्हणाली,

"अँड लिस्टन मिस्टर डेस्पो, मुलगी आहे; ते ही एकटी आहे म्हणजे आपल्याला चान्स आहे. मुलगी आहे म्हणून; एकतर कॉकटेल आवडत असेल नाहीतर वाईन. हाऊ स्टेरिओटिपिकल! जस्ट बिकॉज आय एम अलोन हिअर, दॅट डझन्ट मिन आय एम अव्हेलेबल. सी, लग्न झालंय माझं. नाऊ जस्ट लीव्ह मी अलोन." डावा हात वर करून तिने तिच्या बोटातली अंगठी त्याला दाखविली.

तो थक्क होऊन थोडावेळ तिच्याकडे बघतच राहिला आणि हसत म्हणाला, "वाव! आय मस्ट से आय एम इम्प्रेसज्ड. मला फक्त तू दिसण्यावरून आवडली होतीस, पण तुला तर छान बोलताही येतं. ब्युटी विथ ब्रेन.

पण मी कुठे तुला इथे लग्नाची मागणी घालायला आलोय, सो जस्ट चिल यार. इट्स जस्ट कॅज्युअल. इव्हन आय डोन्ट वॉन्ट एनी सिरीयस रिलेशनशिप. बाय द वे, माझंही लग्न झालंय. पण लग्न झाल्यावर अफेयर करता येत नाही, असले नियम वगैरे पाळणारा मी नाही."

"मग मी काय करू?" सानिका चिडून बोलली.

"तू लहानपणापासूनच अशीच आहेस का? म्हणजे डाकूराणी टाईप? प्रत्येक गोष्टीवर तलवार उचलणारी?" तो गोड हसून म्हणाला.

तिने त्याच्याकडे बघितलं. त्याची स्माईल खूप मस्त होती. डाव्या गालावर खळी पडल्याने तो अजूनच चार्मिंग दिसत होता. 'डाकूराणी' हा शब्द ऐकून तिला हसू येत होतं, पण तिने ते दाबलं आणि तसेच गंभीर हावभाव कायम ठेवले.

पुन्हा अनिकेतच बोलायला लागला, "लेट मी गेस्स. लग्नाला २-३ वर्षे झालीत, आता नवरा आधीसारखा राहिला नाही. तुला वेळ देत नाही; म्हणून भांडण झालंय आणि तू तरातरा इथे निघून आलीस."

त्यावर ती म्हणाली, "आणि तुझी काय स्टोरी आहे? बायकोशी पटत नाही म्हणून दुसरीकडे ट्राय मारतो आहेस का?"

"अरे बापरे! ठाकूराणी जागृत झाल्या परत. चलो. मी निघतो." घाबरल्याचा आव आणत अनिकेत म्हणाला.

त्याचं चेअरवर लटकवलेलं जॅकेट उचलून तो लगेच उठून जायला निघाला. तिला जाणवलं की आपण उगाच एवढं चिडून बोललो.

तिने लगेच त्याला विचारले,

"कुठे जातो आहेस?"

"माझी गर्लफ्रेंड शोधायला."

आणि तो जाण्यासाठी मेन गेटकडे वळला, पण दुसऱ्याच क्षणी मागे वळून म्हणाला, "बाय द वे, आय फॉरगॉट माय वॉलेट. सो, प्लीज पे युअर बिल अँड माईन टू."

सानिकाने मनातल्या मनात शिव्या मारत बिल पे केलं.

तिच्या डोक्यातून तो जातच नव्हता; म्हणून ती ही लगेच त्याच्या मागोमाग त्या पबच्या बाहेर पडली.

सगळीकडे शांतता होती. रस्त्यांवरचे लाईट्स आणि मोजके पब्स ह्यामुळे थोडा फार प्रकाश होता. सानिका मागून येत आहे हे बघून थांबून तो थोडा वळून म्हणाला,

"माझी जादू चालली वाटतंय तुझ्यावर?"

"जास्त हवेत उडू नकोस. मी इतकी ईझी कॅच नाही आहे. आय एम जस्ट क्युरीयस."

"बरं मॅडम. चला मग पाणीपुरी खायला."

"पाणीपुरी? आत्ता?"

"माझ्या खिशात फक्त पन्नास रुपये आहेत. सो, आय कॅन अफोर्ड ओन्ली पाणीपुरी."

बऱ्याच दिवसांनी सानिका चौपाटीवर आली होती. पाणीपुरी खाऊन झाल्यावर दोघेही समुद्राच्या किनारी जाऊन बसले.

कुठलीही मुलगी सहज आकर्षित होईल अनिकेत अश्यातला होता. गमतीशीर स्वभाव, गोड हास्य आणि गालावर पडणारी खळी; त्यामुळे चारचौघात उठून दिसायचा.

त्या रात्री पौर्णिमेचं चांदणं पडलं होतं. समुद्राच्या लाटांचा आवाज रात्रीच्या शांततेत स्पष्ट ऐकू येत होता. निळ्या आकाशात चंद्र तर

निळ्या समुद्रासमोर अनिकेत दोघेही सानिकाला मंत्रमुग्ध करत होते.

दोघांच्याही नजरेचा लपाछपीचा डाव सुरू होता. तिने त्याच्याकडे बघितलं की, तो इकडेतिकडे बघायचा आणि त्याने बघितलं की ती नजर चोरायची. इन शॉर्ट, दे बोथ वेअर इक्वली अट्रॅक्टेड टूवर्ड्स इच अदर.

बीचवर तसं कुणीही नव्हतं. थोड्या दूरवरून दोघातिघांचा अस्पष्ट आवाज येत होता.

सानिका उठून उभी झाली आणि समुद्राच्या पाण्यात लाटांबरोबर मागे पुढे धावू लागली. अनिकेत तिला तसं लाटांसोबत खेळतांना बघून गालातल्या गालात हसत होता.

सानिका बऱ्यापैकी ओली झाली होती. ती पाण्यासोबत खेळता खेळता अजूनच समोर समोर जाऊ लागली.

मंद वारा, चंद्राचं चांदणं आणि समुद्राच्या पाण्यात भिजलेली सानिका, हे सगळं बघून अनिकेतलाही सानिकासोबत त्या लाटांमधे भिजावंसं वाटलं.

तेवढ्यात वाळूसोबत तिचा पाय घसरला आणि ती खाली पडली. ते बघून लगेच अनिकेत तिला वाचवायला गेला. अनिकेतने तिला उचलून पाण्याबाहेर काढले. दोघेही नखशिखांत भिजले होते.

अनिकेत समोर बघत होता आणि सानिका त्याच्या मिठीत असताना त्याच्याकडे. अचानक अनिकेतने सानिकाकडे बघितले, पण ह्या वेळी सानिकाने नजर दुसरीकडे वळवली नाही.

ती हसली आणि मग तो ही. तिने अलगद त्याच्या खळीवर तिचे नाजूक ओठ टेकवले. त्याच्या अंगावर रोमांच उठले. त्याने तिला हळूच खाली उतरवले. ती त्याला जाऊन बिलगली.

तेवढ्यात अनिकेत तिला म्हणाला, “मॅडम, तुमचं लग्न झालंय. आणि काही तासांपूर्वी तुम्हीच मला म्हणाल्या होतात की, तुम्हाला पटवणं एवढं सोपं नाही आहे म्हणून.”

“हो मिस्टर. पण तुम्हीही म्हणाला होतात की, लग्न झाल्यावर अफेअर करायचं नाही, असं काही तुमचं मत नाही.”

आता अनिकेतला ह्यावर काय बोलावं ते सुचत नव्हतं.

पुढे सानिकाच म्हणाली, “चल, आपण माझ्या घरी जाऊ. आपले कपडेही ओले झाले आहेत. माझा नवरा ही घरी नाही. सो, वी विल गेट सम प्रायव्हसी देअर.”

अनिकेत अडखळत म्हणाला, “घ..घ.. घरी कशाला?”

“क्यूँकी मेरी तुम पे बुरी नजर है.” सानिकाने अनिकेतला हसून डोळा मारला.

आता अनिकेतला एकदम शॉक झाल्यासारखा तिच्याकडे बघू लागला.

ती हसत म्हणाली, “क्यूँ मिस्टर? डर गए क्या डाकुरानीसे? थोड्या तासांआधी तर खूप मोठा कॅसानोवा बनत होतास.” आणि परत ती अनिकेतला जाऊन बिलगली.

“ओके..ओके..प्लीज स्टॉप धीस..प्लीज स्टॉप...तू जिंकलीस, मी हरलो.. सानिका, आय कान्ट इमॅजिन यू लाईक धीस. प्लीज, प्लीज, प्लीज स्टॉप.” अनिकेत डोळे बंद करून तिच्या विनवण्या करत होता.

“तुझा चेहरा बघ एकदा आरश्यात.. ओह माय गॉड! भीगी बिल्ली झाला आहेस तू..” सानिका मोठमोठ्याने खळखळून हसु लागली.

सानिकाला असं मनमोकळेपणाने हसताना बघून अनिकेतही हसायला लागला.

अनिकेतने तिला जवळ ओढलं, “फायनली, आय गॉट माय गर्लफ्रेंड बॅक.” असं म्हणून त्याने तिच्या ओठांवर किस केलं.

नंतर त्याने तिच्या डोळ्यांत बघून प्रेमाने म्हटलं,

“हॅपी ऍनीव्हर्सरी, बायको.”

“चला, म्हणजे मी रागारागाने घरातून का निघून आले होते ते शेवटी कळलं तर. हॅपी ऍनीव्हर्सरी तुला सुद्धा, अन्या.”

“मला कसली हॅपी ऍनीव्हर्सरी? मेरी तो बर्बादी का दिन है आज..” तो मिश्किलपणे हसून म्हणाला..

“बर्बादी काय? मी डाकूराणी काय? बदमाश, मेल्या अन्या. मी आहे म्हणून तुला झेलतेय, नाहीतर बिन लग्नाचाच राहिला असतास.” अशी म्हणत ती त्याला ठोशे मारू लागली.

"अरे, वाचवा रे कुणीतरी मला ह्या डाकुराणीपासून." असं ओरडत अनिकेत इकडे तिकडे पळू लागला.

दोघेही धावून धावून दमले आणि वाळूवर एकमेकांच्या बाजूला जाऊन पडले. दोघांचेही श्वास हळूहळू सामान्य होत होते. दोघांनीही एकाच वेळी एकमेकांकडे बघितले. त्याच्या गालावर परत ती सुंदर खळी पडली.

सानिका त्या खळीभोवती बोट गोल फिरवत म्हणाली, "सगळा दोष ह्या खळीचा आहे. दरवेळी सगळे रुसवेफुगवे विसरून मला तुझ्या प्रेमात पडायला ही भाग पाडते."

"असं का? सगळं क्रेडिट खळीलाच.."

"बरं. तू ही बरा दिसतोस कधीकधी." ती हसून म्हणाली.

"बरा! बरा!" असं म्हणून तो सानिकाला गुदगुल्या करू लागला. ती खळखळून हसु लागली.

"सानिका, आय एम सो हॅपी. आज माझी गर्लफ्रेंड परत मिळाली म्हणून. बायको झाल्यावर तुझ्यातली गर्लफ्रेंड कुठेतरी हरवली होती.

आहेत माझ्यात बरेचसे दोष. चुकतो मी ही.

कधी ओला टॉवेल बेडवर टाकून देतो. कधी बर्थडे तर कधी ॲनिव्हर्सरी विसरतो. आज तर वॉलेट सुद्धा विसरलो.

पण तुझ्यावरचं प्रेम कमी झालंय असा त्याचा अर्थ होत नाही. कामाच्या टेन्शनमुळे सगळा गोंधळ होतो;

त्यामुळे दुर्लक्ष होतं बऱ्याचदा. पण तुझी ह्दयातील जागा कमी झाली असं नाही आहे.

आम्ही पुरुष नाही ग करू शकत तुम्हा स्त्रियांसारखं मल्टिटास्किंग. प्लीज, तू मला समजून घेत जा. रूसत जा पण अशी सोडून निघून जात जाऊ नकोस. मी नाही जगू शकत तूझ्याशिवाय."

"पण मला तर आवडलं हे. असलं पुन्हा अनोळखी होऊन पुन्हा नव्याने भेटणं, पुन्हा तुझे फालतू जोक्स आणि फ्लर्टींग ऐकणं आणि पुन्हा नव्याने तुझ्याच प्रेमात पडणं."

"ते तर आहेच. ह्या जन्मी तरी तू फक्त माझीच आहेस, मला माहिती आहे. दुसरा कुणी तुला झेलेल असं वाटत नाही.." अनिकेत परत

मिश्किल हसला.

"दुसरा बघायचा चान्सही मिळाला होता की आज, पण तूच वेताळ बनून पाठीमागे लागलाय तर माझ्यासारख्या बिचाऱ्या विक्रम ने काय करावं?"

सानिकाचं हसणं बघून अनिकेत डोळे भरून तिला पाहू लागला.

"आय लव्ह यू, सानिका. नेहमी अशीच हसत रहा."

"आय लव्ह यू टू, अन्या. आपली थर्ड ॲनीव्हर्सरी आतापर्यंतची बेस्ट ॲनीव्हर्सरी होती. गिफ्ट्स नाही, कॅण्डल लाईट डिनर नाही पण रोमॅन्सने भरलेली. असं एक्सट्रामॅरिटल अफेअर अधूनमधून करत राहिलं पाहिजे आपल्या नात्यातला नवेपणा टिकून राहण्यासाठी."

"बरं. तो मॅडम चले क्या आपके घर? आपके पती घरपे नहीं है, तो मौकेका फायदा उठाते है.."

"हाँ. चलो जानू. अपने प्यारके दुश्मन, इस जालीम जमानेसे छुपछुपके मिलने का मजा ही कुछ और है.."

आणि ते दोघेही वाळूने माखलेले असताना एकमेकांच्या मिठीत हसत हसत सामावून गेले..

4

अ-'पूर्ण प्रेम'

"आजी, हाऊ आर यू? आणि काय गरज होती एअरपोर्टला यायची, इतकी दगदग करत? मी आले असते कॅब करून." नाव्या गाडीत बॅग्स ठेवत म्हणाली.

"त्यात कसली दगदग? तुला काय वाटतं तुझी आजी म्हातारी झाली. अभी तो मैं जवान हूँ. यु नो ना!" आजी हसत गाणं म्हणत म्हणाली.

खरंच, साठी पार करूनही आजी अजूनही खूप उत्साही होती. तिला नीटनेटकं राहायला खूप आवडायचं. आजीने कॉलर असलेलं फिकट निळ्या रंगाचं लॉन्ग टॉप आणि त्याखाली ग्रे रंगाचा पलाझो घातलेला होता. तिचे केस मानेपर्यंत व्यवस्थित कापलेले होते. ती प्रसंगानुसार कपडे घालायची. सलवार सूटपासून मॉडर्न कपड्यांपर्यंत तिला सगळंच शोभून दिसायचं.

"येह. यू आर माय रॉकिंग आजी. फॉरेव्हर यंग." नाव्याने आजीला मिठी मारली. नाव्या एकवीस वर्षांची तरुणी. बऱ्यापैकी उंच, गोरा वर्ण, नाकात थोडी चपटी, हसरा चेहरा असलेली. खूप सुंदर नसली तरीही, बबली लुक असल्यामुळे क्युट दिसणारी.

"आजी, आय एम सो हंग्री. आधी काही खाऊ. अगं इंग्लंडच्या इंडियन रेस्टॉरंटमधे नाही इतकी मजा येत. इंडियन फूड खाण्याची मजा इंडियातच आहे."

"ते तर आहेच. त्यातही आपलं नागपुरी जेवण म्हणजे एकदम झणझणीत. तुला एका चांगल्या रेस्टॉरंटमधे नेते. मग तुझा पिझ्झा आणि बर्गर विसरून जाशील. तसंही आपल्याला नंतर सात तासांचा प्रवास करायचा आहे सेमाडोहपर्यंत."

दोघीही गाडीत बसल्या. नाव्या गाडीत बसल्यापासून सतत तिच्या मोबाईलवर मेसेज टाईप करत होती आणि खूपच बेचैन दिसत होती. थोड्या थोड्या वेळाने मेसेज चेक करत होती. आजी ड्राइव्ह करत होती तरीही तिचं नाव्याकडे अधूनमधून लक्ष जात होतं.

आजीला नाव्या थोडी अपसेट दिसली, पण ती त्याबद्दल काहीच बोलली नाही. दोघीही जणी रेस्टॉरंटमधे पोहोचल्या. दोघीही एका कोपऱ्यातल्या टेबलवर बसल्या. एक वेटर त्यांच्याकडे मेन्यू कार्ड घेऊन आला.

"गुड इव्हिनिंग लेडीज. व्हॉट वूड यू लाईक टू हॅव?"

"फर्स्टली, आय विल हॅव अ सूप." नाव्या म्हणाली.

"ओके. मंचाऊ सूप, वन बाय टू." आजी वेटरकडे बघून म्हणाली.

"ओके. आय विल बी राईट बॅक." असं म्हणून वेटर निघून गेला.

नाव्याचं लक्ष पुन्हा मोबाईलमधेच होतं.

"आई बाबा कसे आहेत?"

"छान आहेत. मजेत." नाव्या मोबाईलकडे बघूनच वर न बघता उत्तरली.

"आणि तुझा बॉयफ्रेंड कसा आहे? ज्याच्याशी तू आल्यापासून चॅट करत आहेस."

नाव्याने आजीकडे बघितले आणि लाजत हसून म्हणाली, "काय ग आजी? तुला कसं सगळं कळतं?"

"मग काय? एवढी सुंदर आणि हुशार नात आहे माझी. बॉयफ्रेंड कसा नसणार? आणि आल्यापासून तुझं अर्धं लक्ष त्या मोबाईलमधेच.."

"ते सोड ग आजी. आमचं नेहमी सुरूच असतं काही ना काही. हा घे, हा ठेवला मोबाईल."

"सांग ना त्याच्याबद्दल काही तरी. मी म्हातारी असली तरी ओपन माईंडेड आहे तेवढी.

कसा आहे तो?" आजी उत्साहाने म्हणाली.

"काय सांगू? चांगला आहे तो. म्युझिक डायरेक्टर आहे. वर्ष झालं आमच्या रिलेशनशिपला. सुरुवातीला सगळं चांगलं वाटलं, पण आता का कुणास ठाऊक खूप भांडणं होतात आमची?"

"का होतात पण भांडणं?"

तेवढ्यात वेटर सूप घेऊन आला. दोघींनी त्याला थँक यू म्हटले आणि मेन कोर्स थोड्यावेळाने सांगू असे सांगितले.

"हम्म. तर का होतात भांडणं?" आजीने पुन्हा प्रश्न विचारला.

"हेच, आता मी त्याला कधीपासून मेसेज टाकलायं, पण त्याचा साधा रिप्लाय ही येत नाही लवकर लवकर." तक्रारीच्या सूरात नाव्या म्हणाली.

"कामात बिझी असेल." आजी समजावून सांगत म्हणाली आणि चमच्याने थोडं सूप प्यायली.

"हो असेलही, पण नेहमीच ह्याचं हे असंच असतं. मी मेसेज पाठवते आणि दिवस दिवसभर मोबाईल चेक करत राहते आणि मग पेशन्स संपतो नि भांडणं होतात."

"मग बरंच झालं तू इकडे आलीस. त्याच्याही डोक्याला शांती मिळेल आणि तुलाही." आजी मिश्किलपणे हसत म्हणाली.

"म्हणजे आजी तुलाही असं वाटतंय की, मी ओव्हर पझेसिव्ह आहे." नाव्या जरा रागात म्हणाली.

आजी नुसतीच हसून म्हणाली, "जाऊ दे. ह्या विषयावर नंतर बोलू. चलो, लेट्स कॉँसंट्रेट ऑन फूड नाऊ."

नाव्याने सूप प्यायला सुरुवात केली. थोडावेळ ती शांत होती. मग दोघींच्या जेवतांना गप्पा रंगल्या.

दोघीही जेवण करून पुन्हा गाडीत बसल्या. आजी गाडी चालवत होती तर नाव्या गाडीच्या खिडकीतून बाहेरच्या गमतीजमती बघत होती. थोड्या वेळासाठी का होईना, पण नाव्या मोबाईलऐवजी बाहेरच्या जगात रमली हे बघून आजीला बरं वाटलं.

वळणावळणाचे रस्ते लागले. एका बाजूला घनदाट जंगल तर दुसऱ्या बाजूला खोल दरी. नाव्या मंत्रमुग्ध होऊन बघत होती.

डोंगरावरून झरे वाहत वाहत रस्त्यावर येत होते. अधूनमधून मोर रस्त्याच्या कडेला ऐटीत चालत होते. नाव्याने गाडी थांबवायला सांगून लगेच तिच्या डीएसएलआर कॅमेरामधे फोटो काढणे सुरु केले.

पुन्हा गाडीत बसून मोबाईल चेक करू लागली.

ते बघून आजी हसली नि म्हणाली, “आता मोबाईल विसर. इकडे आता नेटवर्क नाही. आठवडाभर त्या मोबाईलला सुट्टी आणि तूझ्या बॉयफ्रेंडला ही.”

“अरे यार! हे तर मी विसरलेच होते. काय आजी? कशी राहतेस तू इकडे? टीव्ही नाही, मोबाईल नाही.”

“टीव्ही, मोबाईल सोड; एकदा लाईट गेली तर, ती ही परत कधी येईल ते सांगता येत नाही. मोबाईल आणि इंटरनेटच्या बाहेरही एक जग असतं, हे तुला कळेल इथे.”

त्या दोघी पोहोचेपर्यंत चांगलाच अंधार पडला होता. जशी गाडी गावात शिरली तशीच, आदिवासी पोरं त्या गाडीमागे गोंधळ करत धावू लागली. हे बघून नाव्याला गंमत वाटली. आजी बऱ्याच वर्षांपासून त्या गावात एक क्लिनिक चालवण्यासाठी राहत होती. त्यामुळे त्यांना ती खूप जवळची वाटायला लागली होती.

“डाक्टरीन आजी, ये कौन है?” एका मुलाने नाव्याकडे बोट दाखवून विचारलं.

आजी काही बोलणार तेवढ्यात, दुसरी मुलगी नाव्याकडे बघून म्हणाली, “देखनेमे तो आजी की कहानीयोंकी परी लगती है, गोरी गोरी..”

आजी आणि नाव्या दोघीही हसल्या. नाव्या खाली झूकून म्हणाली, “तुम भी तो सुंदरसी परी हो.”

“हाँ, काली परी.” एक मुलगा म्हणाला आणि सगळी मुलं हसायला लागली. ती मुलगी मात्र हिरमुसली.

तेवढ्यात नाव्या म्हणाली, “अरे, किसने कहाँ परी सिर्फ गोरी होती है. काली भी परीयाँ होती है और सुंदर भी दिखती है.”

मुलांसोबत थोडावेळ गप्पा मारल्यावर नाव्या घरात शिरली. लाईट नसल्यामुळे आजीने कंदील लावला होता.

"आजी, धीस प्लेस इज इंटरेस्टिंग."

"म्हटलं होतं ना मी, तुला एक दुसरं जग दिसेल इथे."

दोन तीन दिवसात नाव्या त्या मेळघाटातील इवल्याश्या गावात चांगली रमली होती. पण तरीही अधूनमधून तिचं मोबाईलवर लक्ष जायचंच.

तिला तिच्या बॉयफ्रेंडची आठवण यायची, इनसिक्युरिटी वाटायची. ती इतक्या दिवस त्याच्यापासून लांब कधीच राहिली नव्हती. भेटणं नाही झालं तरी, कॉल्स किंवा मेसेज मधून बोलणं व्हायचं. पण आता तर तो ही पर्याय नव्हता.

त्याच्या प्रोफेशनमुळे, तो नेहमी सुंदर, आर्टिस्टिक मुलींच्या संपर्कात असायचा. नाव्याला भीती वाटायची की, त्याला आपल्यापेक्षा चांगलं कुणी भेटलं तर हा आपल्याला सोडून देईन, विसरून जाईन.

एकदा रात्रीचे अंगणात खूप काजवे आले.

नाव्या कुतूहलाने म्हणाली,"आजी, व्हाट्स दॅट?"

"अगं काजवे म्हणजे ते फायरफ्लाईज."

"वाव! धीस लूक्स अमेझिंग. फक्त बुक्समधे वाचलं होतं ह्याबद्दल, इट्स मॅजिकल!"

"काश, हॅरी इथे असता..

आजी मी आताच्या आता जाते इथून बाहेर, जिथे नेटवर्क असेल आणि त्याला कॉल करते. बरेच दिवस झालेत आजी. त्याच्या इंडस्ट्रीमधे सुंदर, टॅलेंटेड; मॉडेल्स, ऍक्टरेसेस असतात. मला भिती वाटते की, मला भिती वाटते की; आय विल लुझ हिम.."

"असं काहीही होणार नाही नाव्या आणि ह्या वेळी घाटातून जाणं सेफ नाही आहे." आजी समजावण्याच्या स्वरात म्हणाली.

"आजी तुला नाही कळणार नाही माझी कंडिशन. यू नेव्हर लव्हड समवन. तू लग्न ही केलं नाहीस. मॉम इज ऍडोप्टेड. आय नो एव्हरीथिंग." नाव्या भावनेच्या भरात बोलून गेली.

आजी मात्र शांत होती.

थोड्यावेळाने,

“नाव्या, हे जे तू वागते आहेस, ही तुझी इनसिक्युरिटी आहे. तू हे बंधन तूझ्या भितीपायी ताणून धरते आहेस, इन फॅक्ट खेचते आहेस. ह्याने ते आणखी घट्ट होण्याऐवजी तुटेल. प्रेम सहज, सुंदर, दिलखुलास असायला हवं. आनंद देणारं, समजून घेणारं हवं. त्याचं ओझं वाटावं असं नसावं.”

“आजी, आय एम सॉरी. मी ओव्हर रिएक्ट केलं. पण हे बोलणं सोपं आणि करणं कठीण आहे.”

“असेलही. तुला एक गोष्ट सांगते जी मी आधी कुणालाही सांगितली नाही. सगळ्यांना मी डॉक्टर, सोशल वर्कर, सिंगल मॉम आणि तुझ्यासाठी आजी; एवढंच माझ्याबद्दल माहिती आहे. पण माझ्या आयुष्याचा असाही एक भाग आहे, जो कुणालाच माहिती नाही.”

“आजी सांग ना मग.” कुतूहलाने भरलेल्या डोळ्यांनी आजी काहीतरी बोलेल, ह्याची वाट बघत नाव्या आजीकडे बघत राहिली.

“कुठून सुरुवात करू तेच कळत नाही आहे. माझा एक मित्र होता, केशव. म्हणजे अगदी पहिल्या वर्गापासूनचा. आम्ही सोबतच खेळायचो, भांडायचो पुन्हा खेळायचो. शेतातल्या डबा पार्ट्या काय, दसऱ्यापासून कोजागिरीपर्यंत भुलाबाईचे गाणे म्हणत गावभर फिरणं काय. कधी चिंचा बोरं तोडत फिरायचो तर कधी लंगडी, कबड्डीत रमत होतो.

पाचवीपर्यंत आम्ही सोबतच एकाच गावात, एकाच शाळेत. तो साधाभोळा, समजूतदार, लहान लहान गोष्टीतून आनंदी होणारा, समाधानी.

खूप मस्त होते ते दिवस, निरागस मैत्रीचे. पाचवीत मधूनच तो दुसऱ्या गावी निघून गेला. त्याच्या बाबांची बदली झाली म्हणून.

मी चार पाच दिवस तरी रडले असेल तो गेल्यावर बाबांजवळ.. की तो जिथे गेलाय तिथे आपणही राहायला जाऊ म्हणून. तेव्हा साधे लँडलाईन सुद्धा नव्हते फोन करायला. काही दिवसांत मी नॉर्मल झाले, पण तरीही आठवण यायचीच केशवची अधूनमधून.

मग एकदा नागपूरला मेडिकल कॉलेजमधे असताना, आम्ही सर्व मैत्रिणी एका रेस्टॉरंटमधे कशाचं तरी सेलिब्रेशन म्हणून जेवायला गेलो.

रेस्टॉरंट त्या काळाच्या मानाने खूप मस्त होतं. आमचा सगळ्यांचा गोंधळचं गोंधळ सुरु होता. गप्पा, गोष्टी, बडबड, हसणं अशी मजा सुरु होती.

थोड्यावेळाने माझ्या लक्षात आलं की, तिथला मॅनेजर अधूनमधून माझ्याचकडे बघत होता. एक दोनदा तो माझ्या नजरेतून सुटला, पण शेवटी मी त्याला नजरेनेच पकडले. त्याने एकदम दुसरीकडे बघितले.

मी जागेवरून उठून त्याच्याकडे जाऊ लागले, तसतसा तो घाबरल्यासारखा वाटला.

मी त्याच्यासमोर जाऊन उभे राहिले.

मी काही बोलणार एवढ्यात तोच म्हणाला, "स.. स.. सॉरी मॅडम, मी..मी.. तुमच्याकडे.. म्हणजे तुमचा चेहरा ओळखीचा.."

"हे बघा मिस्टर, मला तुमच्यासारख्यांचे सगळे फंडे माहिती आहेत. 'तुम्हाला कुठे तरी बघितल्यासारखं वाटतंय', 'तुमचा चेहरा ओळखीचा वाटतोय', वगैरे वगैरे सांगून तुम्ही लाईन मारणं सुरु करता आणि मग.."

"नाही हो. खरंच तुमचा चेहरा झिप्रीसारखा वाटतोय. झिप्रीचे केस नेहमीच विस्कटलेले असायचे, आय मीन तुमचे नाही आहेत. म्हणून मी तिला झिप्री.."

"एक एक एक मिनिट.. व्हॉट! तू.. तू.. केश्या.." क्षणभर माझा विश्वासच नाही बसला.

"म्हणजे तुम्हीच.. तुच झिप्री.."

"केश्या, नजर चांगली आहे रे तुझी. लगेच ओळखलंस मला. तू शाळेत कसला बारीक होतास आणि आत्ता कसला गोलू झाला आहेस."

केशव थोडा लाजल्यासारखा झाला. तर अश्याप्रकारे आम्ही जवळ जवळ बारा वर्षांनी भेटलो."

"वाव! इंटरेस्टिंग. देन व्हाट हॅपन्ड नेक्स्ट?" नाव्या जागेवरून उठून आजीच्या एकदम समोर जाऊन बसली.

"सांग ना आजी. पुढे काय झालं?"

"मग भेटी मागून भेटी सुरु झाल्या. ते रेस्टॉरंट खरं तर त्याच्या मामांचं होतं. मामा मुंबईला शिफ्ट झाल्यामुळे केशवच ते मॅनेज करत होता. ट्रेनिंग म्हणून तो ते चालवत होता. त्यालाही स्वतःचं रेस्टॉरंट सुरु

करायचं होतं म्हणून."

नाव्याला हे सगळं सांगता सांगता आजी भूतकाळात हरवल्यासारखी झाली आणि एकामागून एक सगळ्या आठवणी समूद्राच्या लाटांप्रमाणे तिच्या मनावर येऊन धडकू लागल्या आणि समुद्र किनाऱ्यावरच्या वाळूप्रमाणे तिच्यातली तरुणपणातील गीता त्या लाटांसोबत वाहवत जाऊ लागली.

एकदा मी रूममध्ये नेहमीप्रमाणे अभ्यास करत बसले होते, खिडकीजवळ. रात्रीचे अकरा वाजले असतील जवळपास.

बाहेर अंधार पडला होता. चंद्राचे शीतल चांदणे पडले होते. अचानक कुणीतरी शिट्टी मारली. सगळीकडे शांतता होती. एवढ्या रात्री कोण असेल म्हणून मी डोकावून बघितलं; तर केशव उभा होता. केशवने मला हाताने बाहेर येण्याचा इशारा केला. माझ्या रूममेट्स झोपल्या होत्या.

मी त्याच्याजवळ गेले तर गाडीकडे बघून म्हणाला, "कशी आहे?"

"सही. एकदम गाडी कशी काय? तू तर शिफ्ट होणार आहेस ना पुण्याला दोन महिन्यांत."

मी पुन्हा त्याला चिडवले, "ओह! मैत्रिणीला फिरवायला घेतली आहेस का?"

केशवने त्याच्या केसांतून लाजतच हात फिरवला.

मला माहिती होतं की, त्याने ती गाडी माझ्यासाठी घेतली होती तरीही मी त्याला चिडवत होते.

"लाजतोस काय?"

"मी कुठे लाजतोय? चल लॉन्ग ड्राईव्हला जाऊ." तो गालातल्या गालात हसत म्हणाला.

"आत्ता?"

"चल न झिप्रे. मजा येईल." एखाद्या लहान मुलासारखा तो हट्ट करून म्हणाला.

त्याच्या नवीन राजदूतवर मी मागे बसले. सगळीकडे शांतता होती. रस्ते रिकामे होते. पौर्णिमेची रात्र असल्यामुळे मंद प्रकाश होता. मंद वाऱ्याची झुळूक अंगावर शहरे आणत होती.

थोडया अंतरावर त्याने अलगद त्याच्या गाडीचा आरसा थोडा वळवला, माझा चेहरा बघण्यासाठी. मला लगेच ते लक्षात आलं. मी केशवच्या डोक्यावर लगेच एक टपली मारली आणि आम्ही दोघेही हसायला लागलो.

मी केशवच्या पोटाभोवती हात गुंडाळले आणि त्याच्या पाठीवर डोके ठेवले. दोघेही शांत होतो. तो क्षण काळजाच्या कॅनवासवर रेखाटत होतो बहुतेक.

केशवने त्याच्या मामांच्या रेस्टॉरंटसमोर गाडी उभी केली. आम्ही दोघेही गाडीवरून उतरलो. केशवने दार उघडलं आणि लाईट सुरु केला तसंच सगळीकडे फुलंच फुलं पसरलेली दिसली. फुग्यांची सजावटही होती. मी ते सगळं मंत्रमुग्ध होऊन बघतंच राहिले.

केशव माझ्या कानाजवळ हलकेच म्हणाला, "हॅपी बर्थडे, झिप्रे."

मी आनंदाने केशवला मिठी मारली.

केशव म्हणाला, "झिप्रे, तू अशी मला बिलगत जाऊ नकोस. मला काहीतरी होतं."

"माहिती आहे. मेडिकल स्टुडन्ट आहे मी. पण तू इतका का लाजतोस? मुलगी मी आहे की तू?"

तो हसला.

त्या सगळ्या सजावटीच्यामध्ये एक टेबल होतं. त्यावर एक केक होता. केक कापला, एकमेकांना भरवला. मग केशवने एक गिफ्ट मला दिलं. मी ते उघडलं तर त्यात एक साडी होती.

"अरे देवा! तुला खरंच वाटतं मला साडी नेसता येत असेल?"

"नाही. पण मला एकदा बघायचं आहे तुला साडीत."

"तथास्तु बेटा. इतकं खुश केलं आहेस तू मला, तर ही तुझी इच्छा आज अवश्य पूर्ण होणार."

मी साडी उघडली आणि कशी नेसू ह्याचा विचार करू लागले नि म्हणाले, "केश्या, मदत कर ना थोडी. हे माझं क्षेत्र नाही आहे."

एवढं सांगून आजी तिच्यातल्या गीताला भूतकाळात सोडून, शांत झाली.

"अमेझिंग आजी! असं वाटत होतं एखादी रोमँटिक फिल्म बघत आहे. सो यु टू.. आय मीन.. लाईक.. किस्ड..." नाव्या शेवटी जरा बिचकतंच म्हणाली.

आजी हसली, "अगं घाबरतेस काय? तुझी आजी असले तरी म्हटलं होतं ना, माझे विचार खूप फॉरवर्ड आहेत. यस. असं समज की आम्ही लिव्हइन रिलेशनशिप मधेच होतो."

"यू आर द कूलेस्ट ग्रँडमा एव्हर. मग पुढे काय झालं? तुम्ही लग्न का नाही केलंत मग? आणि व्हेअर इज केशव नाऊ?" नाव्या प्रश्नामागून प्रश्न विचारत होती.

तेवढ्यात आजी म्हणाली, "अगं जरा धीर धर. बाकीची गोष्ट आता उद्या. आता झोपलं पाहिजे. रात्रीचे एक वाजलेत."

नाव्याचा हिरमोड झाला. तिने बऱ्याच वेळा म्हणूनही आजीने विषय टाळला. शेवटी नाव्या झोपी गेली.

आजी मात्र कंदिलाच्या मंद प्रकाशाकडे बघत पुन्हा भूतकाळात शिरली.

केशवला साडी नेसवायला मदत कर म्हटल्यावर, केशव पुन्हा गोड हसला आणि "प्रयत्न करतो." असं म्हणाला. त्याने साडीचं एक टोक घेतलं, ते गीताच्या स्कर्टमधे खोचलं. त्याच्या बोटांचा स्पर्श तिच्या कमरेला झाला. ते दोघेही शहारले. तो चारही बाजूनी गोल फिरत साडी खोचत गेला. त्याच्या बोटांचा स्पर्श तिला होत गेला.

शेवटी तो तिच्यासमोर आला नि पदर तिच्या खांद्यावर पदर ठेवला. तेवढ्यात दोघांची नजर एकमेकांना भिडली. पदर अलगद खांद्यावरून खाली घसरत गेला. केशवने त्याचे हात गीताच्या कमरेभोवती गुंडाळले आणि दोघेही एकमेकांकडे झुकले. एकमेकांत विलीन झाले.

केशवच्या आठवणीतून फिरता फिरता आजी शेवटी झोपी गेली.

दुसऱ्या दिवशी नाव्या सगळं गाव फिरून आली. लहान लहान मुलं तिला नदीच्या काठावरही घेऊन गेली. दुपारी घरी आली तेव्हा आजी व्हरांड्यात काहीतरी वाचत बसली होती.

नाव्या लगेच म्हणाली, "पुढची स्टोरी.."

"पुढे काय? ब्रेकअप. इट्स सो ऑबविअस. नाहीतर केश्या इथे नसता का, तुझा आजोबा म्हणून?"

"डोन्ट बी सो अनरोमँटिक, आजी. सांग ना पूर्ण स्टोरी."

"जे सगळ्यांसोबत होतं, ते सुरुवातीचे दिवस मजेत गेले. एकदम सिनेमातले हिरो हिरोईन झाल्यासारखे आम्ही एकमेकांना भासत होतो. त्याच्यासोबत फिरणं, गाडीवर बसून गाणी गाणं सुरु झालं. तो मला रूमवर सोडायला यायचा, तेव्हा मी त्याला बिलगलेलीच असायची. पोहोचल्यावरही मी भानावर नसायचे.

शेवटी केशवच मला आवाज द्यायचा, "गीता घर आलंय."

"इतक्या लवकर! उतरावंसं वाटत नाही आहे." तरिही मी त्याला बिलगलेलीच असायचे.

ह्यावर केशव गोड हसायचा. तो ही गाडीवर बसून राहायचा आणि त्याचे हात मागे माझ्याभोवती गुंडाळायचा.

एके दिवशी, अचानक, केशवने मला आम्ही एकटेच रेस्टॉरंटमधे त्याच्या मिठीत असताना लग्नाबद्दल विचारलं.

"मला नाही वाटत आपण लग्न करावं. हे जे आहे, हेच मस्त आहे ना. मग का कॉम्प्लिकेटेड करायचं हे सगळं?" मी उठून बसले.

त्याने परत मला त्याच्याजवळ ओढलं, "अरे, लोकं काय म्हणतील? लोकं सोडं, माझे आईवडील. त्यांना नाही पटणार हे. आणि मलाही वाटतं की नात्याला नाव असायला हवं."

"म्हणजे ह्या नात्याला नाव द्यायचं, मग अपेक्षांचं ओझं त्यावर टाकायचं. लग्न करून त्यात व्यवहार आणायचा आणि मग हे नातं पूर्ण करण्याच्या नादात जे आहे ते संपवून टाकायचं."

मी उठून उभी झाले.

"तू असा निगेटिव्ह विचार का करतेस?"

"तू बघितलं आहेस का कोणत्या तरी कपलला लग्नानंतर खुश?"

"आपलं तसं नाही होणार."

"काय ग्यारंटी आहे?"

असे आमचे वादविवाद होऊ लागले. त्याने मला खूप समजविण्याच्या प्रयत्न केला, पण मला लग्न वगैरे नको होतं. ह्या

उलट त्याला संसार, मुलंबाळं ह्यात रमायचं होतं.

शेवटी त्याचं पुण्यातलं रेस्टॉरंट सेट झालं आणि तो निघून गेला. तिथूनही पत्र पाठवत राहिला. पण माझा नकारच होता.

शेवटी त्याने एक पत्र पाठवलं शेवटचं,

“आईने एक मुलगी पसंत केली आहे. एका महिन्याने लग्न आहे. मी एक साधा मुलगा आहे, गीता. मला एक सिंपल आयुष्य जगायचं आहे. तुझ्यासारखा बोल्ड मी नाही. ह्या नंतर मी तुला कधीच पत्र लिहिणार नाही. भेटणारही नाही. मला एक चांगला नवरा बनायचं आहे आणि ते मी तुझ्यासोबत राहून नाही करू शकत. तुला ही तुझ्याचसारखा, माझ्यापेक्षाही चांगला कुणीतरी मिळावा, ही प्रार्थना मी करेन. तुझ्या आठवणी तर सोबत राहतीलंच, शेवटपर्यंत.”

आजीने वाक्य संपवताच, नाव्या म्हणाली, “तू थांबवलं नाहीस त्याला? तुला दुःख झालं नाही? राग आला नाही? जेलसी झाली नाही? हाऊ इज धीस पॉसिबल? प्रेमात तर ह्या भावना येतातच ना.”

“ऑफ कोर्स. दुःख झालं, रागही आला. माझा माझ्या सगळ्या भावनांवर कंट्रोल असायला, मी काही संत नव्हते. असंही वाटलं की, पुण्यात जाऊन त्याच्या होणाऱ्या बायकोला सगळं सांगून, त्याचं लग्न तोडावं. हे ही वाटलं की स्वतःचं कॉम्प्रोमाईज करून लग्नाला होकार द्यावा पण..

पण खरंच हे सगळं केल्याने मी खुश राहले असते का? आणि मीच जर आनंदी नसते तर त्याला आनंदी ठेऊ शकले असते का?

मला बरंच काही करायचं होतं आयुष्यात आणि तू बघते आहेस मी केलंही आहे. सोशल वर्कसाठी पूर्ण देशात मी फिरले. हे सगळं मी लग्नानंतर केलं असतं तर वादविवाद झाले असते, अपेक्षाभंग झाला असता. ह्या सगळयांत प्रेम कुठे तरी हरवलं असतं आणि मला ते नको होतं.

मान्य आहे आमचं प्रेम अधुरं राहीलं, पण पूर्ण करायला गेलो असतो तर, हे जे आहे ते ही संपलं असतं. उलट जे अर्धवट आहे तेच माझ्यासाठी पूर्ण आहे, जिवंत आहे.”

“मग पुढे तुम्ही कधीच भेटला नाहीत? बोललाही नाहीत?”

“मी गेले कधी पुण्याला, तर भेटते त्याला, कधीतरी चार पाच वर्षांतून, एखाद्यावेळेस. वर्षातून एकदाच त्याला मेसेज करते बर्थडे विश करण्यासाठी.”

“आणि केशव नाही करत कधीच कॉल ऑर मेसेज?”

“तो नाही करत. तो दरवेळी रिप्लाय करेल माझ्या मेसेजवर, ह्याचीही हमी नसते. कारण तो गुंतला आहे संसारात. तो आनंदी आहे त्याच्या आयुष्यात. ही हॅज मूव्हड ऑन. आता मी त्याच्यावर माझं एकतर्फी प्रेम आहे, असं स्वतःला समजाऊन दिलंय.

आपण देव मानतो, त्याच्याशी बोलतो, आपल्या मनातलं सगळं सांगतो. तो दिसतो का आपल्याला की त्याचा स्पर्श जाणवतो आपल्याला. कधी बोलतो का देव आपल्यासोबत, पण म्हणून आपण त्याला मानणं सोडतो का? त्याच्याशी बोलणं बंद करतो का? नाही ना..

तसंच तो माझ्या आयुष्यात नाही, त्याच्याशी मी पाहिजे तेव्हा बोलू शकत नाही, त्याला मी स्पर्शही करू शकत नाही, पण तो माझ्या हृदयात आहे. अर्थात केशव काही देव नाही आहे, पण त्याच्यासाठी खूप मोठी जागा आहे माझ्या मनात. त्याच्यानंतर मी प्रयत्न केला दुसऱ्या रिलेशनशिप्समधे पडण्याचा पण नाहीच जमले.”

आजीने चष्मा काढून डोळे पुसले आणि म्हणाली,

“हे बघ, दरवेळी मंजिलला पोहोचणं आवश्यक नसतं. प्रवासाची मजा घे. डेस्टिनेशनची घाई कशाला? खेचून, ताणून काहीच हाती लागत नाही. नात्यात स्वातंत्र्य, मोकळेपणा हवा. ते गमावण्याच्या भीतीने एवढं ही घट्ट पकडू नकोस की नातं गुदमरून मरून जाईल.

एक लक्षात ठेव, प्रेम करणं म्हणजे आपल्याकडून जेवढं होतं तेवढं सगळं देणं. कधी कधी त्यापेक्षाही जास्त देणं. त्याच्या बदल्यात काहीही परत मिळत नसेल तरीही.."

नाव्याचे डोळे भरून आले.

नाव्याने आजीच्या मांडीवर डोके ठेवले आणि आजी तिच्या केसांतून अलगद हात फिरवत राहिली.

5

लॉकडाऊन रोमॅन्स

लॉकडाउन..लॉकडाउन..कोरोना..कोरोना..

नुसता वैतागच वैताग. कामधंदे सोडून बसलोय घरी किती दिवसांचा. बातम्या बघून बघून तर आणखीनच डिप्रेशन येतं. कुणी पोलिसाने अडवलं म्हणून त्याचा हात काय कापतं तर कुणी फळांवर थुंकून ती फळं काय विकतं.

जशी सूट मिळाली तशी भाज्यांच्या दुकानावर मरणाची गर्दी. काही लोकांना तर ते एकदाचे कोरोनाने मेले तरीही चालतील, पण भाजीत कोथिंबीर हवीच. मरेन पण चांगलं खाऊन पिऊनच हे त्यांचं ब्रीदवाक्य असावं. कुणाचं काय तर कुणाचं काय?

सगळं बंद. त्यात सगळ्यात मोठा वैताग म्हणजे ह्या पोरांची ऑनलाईन शाळा. त्यासाठी लॅपटॉप विकत घ्या, मोबाईल विकत घ्या. एवढं करूनही कार्ट्यांचं काही अभ्यासात लक्ष नाही. मॅडम सांगतात एक, हे दोघे करतात काहीतरी दुसरंच.

इकडून तिकडून कधी कधी थोडं फार अभ्यासाला लागतात तर मध्येच इंटरनेट बंद पडतं कधी मॅडमचं तर कधी आमचं. कसली तरी चाल ढकल चालली आहे.

दिवसभर मुलं एकमेकांशी रिमोटसाठी भांडतात, तर इकडे हिचं स्वैपाकातलं काही ना काही तरी संपलेलंच असतं. बाहेर जायचं म्हटलं तर मामा आहेच उभा प्रसाद द्यायला. म्हणून मी गपचूप घरातच.

घरी बसलेलो होतो म्हणून हिच्या ही नजरेत खुपायचो. अहो, हे असं करा ते तसं करा. कसा तरी कधीतरी आराम मिळतो त्यात ही हिची घरगुती कामं सांगायची. मी तिच्याकडे आणि तिच्या कामांकडे जरा दुर्लक्षच करायचो.

दिवसाची रात्र रात्रीचा दिवस. मी मात्र तिथेच सोफ्यावर आणि सोफ्यावरुन बेडवर.

त्या दिवशी तेवढं तरी बरं की मुलं दहालाच झोपली. थोडी शांती मिळाली. बातम्यांपासून ब्रेक म्हणून हिने टीव्हीवर जुनी गाणी लावली आणि दुसऱ्या दिवशीसाठी भाजी निवडत बसली.

गाण्यांमागून गाणी. बरं वाटलं. थोडा वेळ का होईना त्या कोरोनाचा विसर पडला.

तेवढ्यात गाणं लागलं, "भूल गया सबकुछ.. याद नहीं अब कुछ.. एक यही बात ना भूली, ज्युली, आय लव्ह यू.."

व्वा! एकदम रोमँटिक मूड झाला आणि नकळत नजर खिळली ती माझ्या भाजी निवडणाऱ्या ज्युलीवर.

मी लगेच नायकाच्या भूमिकेत शिरलो. गाणं संपायच्या आत मी हिच्याजवळ गेलेलो. तिचा हात पकडला. तिला माझे इरादे समजले.

तिने उगाचच नकार दर्शवला आणि पुन्हा भाजी निवडायला लागली.

मी पुन्हा पकडला. ती लाजली.

मी आणखी जवळ सरसावलो. ती बारीक आवाजात म्हणाली, "मुलं उठली तर?"

मी उठून बेडरूमकडे गेलो. बाहेरून हळूच कडी लावली.

परत हिच्याजवळ येऊन बसलो तर हिचा पुन्हा तोच बारीक आवाज, "लाईट बंद करा."

कधी नव्हे ते मी आज्ञाधारक नवऱ्यासारखा उठणारच; तेवढ्यात पुन्हा बसलो.

"आज लाईट सुरुच ठेवू."

"नको." ती म्हणाली.

"हो." मी ही हट्टाला पेटलो होतो.

"हे काय भलतंच?"

ह्याच्यापुढे ती आणखी काही बोलणारच तेवढ्यात मी तिला जवळ ओढले.

तिच्या डोळ्यांत माझे डोळे. तिच्या श्वासांत माझे श्वास.

तिने स्वतःला सावरून मला थोडे दूर केले आणि पुन्हा लाईटकडे बघून इशारा केला. मी नाहीच ऐकले. पुन्हा तिच्याजवळ गेलो. तिच्या ओठांवर माझे ओठ ठेवले.

डोळे उघडले तर तिच्या डोळ्यांभोवतीच्या काळ्या वर्तुळांवर नजर पडली; तेव्हा नुकतंच लग्न झाल्यानंतरची ती आठवली. तिच्या डोळ्यांत एक वेगळीच चमक असायची तेव्हा.

आता ही तिच्या डोळ्यांभोवतीची काळी वर्तुळं होती की संसाराच्या काळजीची वलयं?

पुन्हा ती, "नको ना. लाईट बंद करा ना." असं म्हणायला लागली पण मी त्याकडे दुर्लक्ष केलं. मी पुन्हा तिच्या ओठांवर ओठ ठेवून, एका हाताने हळुवारपणे तिचे केस मोकळे केले.

केसही आता आधीसारखे दाट राहिले नव्हते. थोडे पांढरे, थोडे निस्तेज.

तेवढ्यात माझी नजर पुन्हा तिच्या नजरेत खिळली. ती लाईट बंद करण्यास विनवत होती.

क्षणभर मलाही वाटले की प्रकाशात मूड जातोय, अंधार करावा.

नंतर माझी नजर तिच्या हातावरील डागांवर गेली. चटके होते ते. स्वयंपाक करताना लागलेले असावेत. कुकर अथवा तव्याचे की, असतील माझ्या ऑफिसला जाण्याच्या घाईचे.

मी किती आरडाओरडा करायचो सकाळी सकाळी. "डबा झालाच नाही का? कधी होणार? मला उशीर होतोय? इतका वेळ कसा काय लागतो?"

ही बिचारी मात्र इकडे कढई तव्यांचे चटके सहन करत, लगबगीने डबा बनवत होती. माझाच नाही तर मुलांचाही. मी मात्र हे कधी जाणलंच नाही.

त्या रात्री असे असं वाटलं, गेल्या काही वर्षांत हिला मी बघितलंच नव्हतं.

हातांच्या तळव्यांवरच्या भाग्यरेषा भांडी घासून घासून दिसेनाश्या झाल्या होत्या. त्यांची जागा आता काळ्याकुट्ट भेगांनी घेतली होती.

लग्न झाल्यावर जेव्हा पहिल्यांदा हिचा हात हाती घेतला होता तेव्हा असं वाटलं होतं की मऊ, ऊबदार कापूस हातात घेतलाय. मुलींचे हात किती नाजूक असतात, हे तेव्हा कळलं होतं.

तेव्हा त्या हातांच्या स्पर्शानेच मी अर्धा सुखावलो होतो. आता तेच हात रुक्ष झाले होते.

मी तिच्या गळ्यावरती ओठ ठेवत तिचा पदर बाजूला केला. तिच्या पोटावरती गरोदरपणातले स्ट्रेच मार्क्स होते. त्या खाली पोट दुभागणारा सिझेरिअनचा लांब आडवा मोठा व्रण दिसला.

नकळत माझे डोळे भरून आले. मी हळूच त्यावर माझे बोट फिरवले आणि फिरवत गेलो. तिच्या डोळ्यांतून अश्रू गळू लागले.

तेव्हा कळले की, का तिचा आग्रह असायचा दरवेळी जवळ गेलो की दिवे मालवण्याचा.

तिच्या मनात एक भीती असावी की तिला असं बघून माझा तिच्यातला रस कमी होईल आणि मी.. मी कुठल्या जगात वावरत होतो?

रोज ही माझ्यासाठी झटायची. मुलांचं, माझं सगळं व्यवस्थित करायची आणि त्या बदल्यात मी फक्त काही क्षण हिला डोळे भरून बघण्यासाठी सुद्धा देऊ शकलो नाही.

मी रोज हिला नुसतेच बघत होतो पण आज तिला अनुभवत होतो, ओळखत होतो असं वाटलं.

मी त्या डिलीव्हरीच्या व्रणावर हळूच ओठ टेकवले. मग तिच्या हातावरच्या प्रत्येक डागावर. तिच्या थकलेल्या डोळ्यांवर मुके घेत गेलो तेव्हा तिच्या चेहऱ्यावर जखमेवर फुंकर घातल्यावर जो आराम मिळतो तो भाव होता.

केस हळुवार कुरवाळत गेलो. तिच्यात एकरूप होत गेलो. तिच्यात सामावत गेलो.

त्या रात्रीएवढी आनंदी, ती त्या आधी कधीच वाटली नाही.

आम्ही दोघांनी भाजी सोबत निवडली. त्यानंतर मी वाटीत तेल घेऊन हलक्या हाताने हळुवारपणे तिच्या डोक्याला मसाज करत राहिलो.

आम्ही दोघेही टीव्हीत गाणी बघत राहिलो. त्यानंतर तिने कधीच लाईट बंद करण्याचा आग्रह धरला नाही.

6
अँटिक पीस

~~~~~~~

"अहो, आपल्यासमोर कुणीतरी राहायला आलं वाटतंय." मी मोठ्या उत्सुकतेने म्हणाले. बाहेर नवीन शेजाऱ्यांच्याकडे सामान आणणाऱ्यांची वर्दळ सुरु होती.

"हो का? बरं झालं. तुला गप्पा मारायला कुणीतरी मिळेल." गोपाळने पेपर वाचत वाचत वर न पाहता उत्तर दिलं.

बरोबर आहे. नाहीतरी तुम्हाला कुठे मारता येतात गप्पा? नुसतं आपलं काम आणि घर. एक नंबरचा घरकोंबडा आहे हा माणूस.

लग्नानंतर माझी खूप इच्छा होती की, मस्त कुठेतरी फिरायला जावं, कुल्लूमनाली किंवा काश्मीर. थंड थंड बर्फात सिनेमातल्या हिरो हिरोईन प्रमाणे लोळावं. माझे गाल मस्त लाली लावल्यासारखे थंडीने गुलाबी व्हावे नि ह्यांनी मला मिठीत घेऊन माझ्या गालावर अलगद किस करावं.

पण कसलं काय? हा माणूस घेऊन गेला मला आळंदीला. रस्त्याने गप्पा मारल्या त्याही ज्ञानेश्वरांच्या. लग्नाच्या तिसऱ्या दिवशीच मला पासष्टीतल्या म्हाताऱ्या जोडप्यासारखं तीर्थयात्रेला गेल्यासारखं वाटलं.

आधीच मला हे लग्न करायचं नव्हतं. आमच्या दोघांच्या वयात तेरा वर्षांचा फरक. पण वडील लहानपणीच वारलेले, घरची परिस्थिती जेमतेम आणि मी मोठ्या मुश्किलने दहावी पास. मग सगळे नातेवाईक लागले मागे. मुलगा चांगला आहे, मुलगा कसला 'माणूस', पुण्याच्या

कंपनीत आहे, चांगला कमावतो. वय जास्त आहे म्हणून काय झालं? माणूस मनाने तरुण असावा लागतो, पण हा माणूस वयापेक्षाही मनाने दुप्पट म्हातारा निघाला.

कधी कधी तर वाटतं ह्यांचं नाव, इतिहासाच्या पुस्तकाच्या अठराशे सत्तावन्नच्या धड्यात कसं काय नाही आलं? असं वाटतं की हा कुणीतरी जुन्या काळातला माणूस असून ते काय असतं ना ते टाइम मशीन बिशीन, त्यामधून आताच्या काळात आला आहे नि ह्याला इथलं काहीच कळत नाही आहे.

जाऊ दे. पदरी पडलं नि पवित्र झालं, असंच आता समजावं लागेल.

मी उठून समोरचे नवीन शेजारी कोण आहेत? हे बघण्यासाठी दारातून आणखी थोडं डोकावले. दार उघडल्या उघडल्या परफ्युमचा मस्त सुगंधी घमघमाट सुटला होता. अहाहा!

समोरून एक तिशीतला तरुण सामान घरात नेताना दिसला. जवळपास सहा फूट असेल. ब्लॅक टीशर्ट आणि ते मिलिटरी स्टाईलची शॉर्ट पॅन्ट त्याने घातली होती. हातात मोठ्या डायलचं घड्याळ होतं. त्याचे दंड, पाय आणि पिळदार शरीर बघून कळत होतं की, तो नियमित व्यायाम करणारा असावा.

कितीतरी वेळ तो त्याच्या घरात पाठमोराच उभा होता. कुणाशी तरी बोलत होता. त्याचा चेहरा दिसायला हवा, असं वाटत होतं. मी त्याची वळण्याची वाट बघत राहिले, पण तेवढ्यात कुणीतरी त्याचं दार लोटून बंद केलं.

त्या रात्री मी त्याचा चेहरा कल्पनेत रंगवू लागली. किती छान दिसत होता तो मागूनच! उंच आणि शरीराने कसलेला नि तो परफ्युम.. अहाहा! कुठला बरं परफ्युम असेल तो?

तेवढ्यात ह्यांचं घोरणं सुरु झालं आणि मी माझ्या कल्पनेतून बाहेर आले.

कुठे तो तरुण आणि कुठे हे? पोट बघा घोरतांना कसं खाली वर खाली वर होतंय. थोडा व्यायाम करायला काय हरकत आहे? कसं दिसतंय ते पोट!

व्यायाम तर सोडाच पण परफ्युमसुद्धा ह्या माणसाने बापजन्मी कधी वापरला नसेल. नेहमी ते फॉर्मल पॅन्ट आणि शर्ट. बस एवढाच ह्यांचा पेहराव. ह्या माणसाला गोव्याच्या बीचवरही नेऊन टाकलं तरीही शर्ट आणि पॅन्टशिवाय दुसरं काहीही घालणार नाही.

दुसऱ्या दिवशी सकाळी सकाळी हे घरात शिरताना मला आवाज देत म्हणाले, “सीमा, ए सीमा, हे बघ कोण आलंय?”

नवीन शेजारी बघून मी हातानेच जरा केस नीट केले.

“ह्या मंजिरी ताई आणि हे राज.” हे म्हणाले.

दोघांनीही मला एकाच वेळी "हॅलो." म्हटले. दोघेही एकदम एकमेकांना शोभेल असे होते.

राज, व्वा! राज नाव शोभण्यासारखाच होता तो. त्याचे तेजस्वी डोळे, निमगोरा वर्ण, सरळ नाक आणि हसरे ओठ. चेहरा बघितल्यावर मी अजूनच त्याच्यावर फिदा झाले.

कपड्यांचा चॉईस किती मस्त होता त्याचा! व्हाईट टीशर्टमधे अजूनच मस्त दिसत होता आणि परफ्युमचा सुगंध, अहाहा!

“अगं, बघतेस काय? चहा टाक.”

मी स्वतःला सावरले आणि चहा करायला जाणारच तेवढ्यात राज म्हणाला,

“मी फक्त ग्रीन टी पितो.”

मी वळून म्हणणारंच की, ‘ग्रीन टी तर नाही आहे’ तेवढ्यात मंजिरी म्हणाली, “अरे घे आजच्या दिवस. एका दिवसाने काय होतंय?”

“नाही. नकोच. मी नाही घेणार चहा. सॉरी.” राज ठामपणे म्हणाला.

“बरं. फक्त मंजिरीताईसाठी कर मग चहा. राजभाऊ तुम्ही मात्र सीमाच्या हातचा अमृततुल्य चहा मिस करताय बरं. असू दे. हरकत नाही.”

आमचे हे त्याला राज भाऊ म्हणाले. कसं वाटतं ते राजभाऊ एकदम! काहीही बोलतात. कुणासोबत कसं बोलावं ह्यांना कळतंच नाही.

एके दिवशी, दुपारची कामं आटोपून मी जरा पडले होते. कुणीतरी दाराची बेल वाजविली. मी दार उघडले तर समोर राज उभा होता. त्याने लाल रंगाचा टीशर्ट आणि ब्लू जीन्स पॅन्ट घातलेली होती. त्याला

कुठलाही रंग अगदी शोभून दिसायचा. त्याच्या परफ्युमचा घमघमाट सुटला होता.

मी त्याच्याकडे बघतंच राहिले आणि तो ही माझ्याकडे. माझ्या साडीचा पदर मी जरा नीट केला. लगेच त्याने स्वतःला सावरले आणि म्हणाला,

"पिण्याचं पाणी संपलंय आणि नळाला पण येत नाही आहे. मंजिरी पण घरी नाही आहे. मला थोडं पाणी हवं होतं."

मी 'ठीक आहे' म्हणून आत पाणी आणायला गेले. तसाच राजही आत शिरला.

मी त्याने आणलेल्या भांड्यात पाणी भरायला लागले, तेवढ्यात त्याने मला मागून अलगद पकडले. त्याचे हात माझ्या कमरेभोवती होते. मला थोडा वेळ काय करावे सुचतंच नव्हते. त्याचे श्वास माझ्या कानाशी कुजबुज करत होते. मी त्याच्या स्पर्शाने सुखावले. नंतर त्याने त्याच्या ओठाने माझ्या मानेवर स्पर्श केला. तो मला स्पर्श करत राहिला, हातांनी, ओठांनी..

तेवढ्यात बेल वाजली आणि मी जागी झाले. दार उघडलं तर समोर मंजिरी होती. मला खूपच अपराधी वाटलं. मी राजकडे दिवसेंदिवस जास्तच आकर्षित होत गेले.

मी चुकतेय हे मला कळत होतं तरीही हे आकर्षण वाढतच होतं. कदाचित राज माझ्या कल्पनेतल्या नवऱ्यासारखा होता तर गोपाळ एकदम विरुद्ध, म्हणून मी राजच्या मोहात पडत होते.

आमची घरं शेजारी शेजारी असल्यामुळे एकमेकांकडे जाणं येणं वाढलं. मंजिरी इंटेरिअर डिझायनर असल्यामुळे तिचं घर तिने खूप मस्त सजवलं होतं. फक्त तिने काही काही गोष्टी घरात खूपच जुन्या जुन्या ठेवल्या होत्या; जसं की ग्रामोफोन, जुन्या पितळेच्या वस्तू, कास्याच्या मुर्त्या, जुनं घड्याळ असं बरंच काही जुनं जुनं.

मी एकदा न राहवून विचारलंच, "मंजिरी, तू आणि राज इतके मॉडर्न आहात आणि तुमच्या घरातल्या वस्तू का ग इतक्या जुन्या? आता स्पीकरच्या जमान्यात ग्रामोफोन कोण ऐकतं बरं?"

ती हसून म्हणाली, “हा ग्रामोफोन माझ्या आजोबांचा आहे आणि ते पितळी पानदान माझ्या आजीचं आणि ह्या काही वस्तू मी विकत घेतल्यात. ह्या अश्या जुन्या वस्तुंना अँटिक पीस म्हणतात आणि ह्या खूप एक्सपेन्सिव्ह असतात अगं. आजी आजोबांच्या सर्वच वस्तू तर माझ्यासाठी मौल्यवान आहेत. त्यांची आठवण म्हणून मला त्या खूप आवडतात. अँटिक पीस जुने असले तरी त्यात खूप आठवणी, प्रेम, जिव्हाळा, माया दडलेली असते. त्या अमूल्य असतात.”

हळू हळू मंजिरीची नि माझी मस्त गट्टी जमली. मंजिरी खूप हुशार आणि समजूतदार होती. मी जेमतेम दहावी तरीही ती माझ्याशी छान वागायची. कधी कधी तिची ईर्षा वाटायची. असं वाटायचं मीही हिच्यासारखीच हुशार असते; तर मलाही राजसारखाच नवरा मिळाला असता.

किती हौशी होता तो! तिला नेहमी सरप्राइझेस द्यायचा, बाहेर फिरायला न्यायचा. व्हॅलेन्टाईन्स डे, बर्थडे, थर्टी फर्स्ट, लग्नाचा वाढदिवस असं सतत त्यांचं काही ना काही सेलिब्रेशन सुरूच असायचं.

ह्यांना एकदा म्हटलं, व्हॅलेन्टाईन्स डे आहे तर जायचं का बाहेर फिरायला?

तर म्हणाले, “अगं, हे डेज वगैरे साजरे करण्यात काय अर्थ आहे? आपला पाडवा आहे ना साजरा करायला दरवर्षी.”

असं म्हणून ह्यांनी पुन्हा माझा हिरमोड केला. रात्री मग माझे फुगलेले गाल बघून आणला एक गजरा. फक्त गजरा, कमीत कमी एक बुकेही नाही.

एकदा मंजिरीसोबत गप्पा मारताना मी न राहावून म्हणाले, “तू किती नशीबवान आहेस ग मंजिरी! राज आणि तू सतत काही ना काही सेलिब्रेट करत असता. राज तुला किती गिफ्ट्स देत राहतो नेहमी..”

ती नुसतीच हसली आणि दीर्घ श्वास घेऊन थोड्या वेळाने म्हणाली, “हेच मला तुला बघून वाटतं.”

“मला? काहीही काय बोलतेस?”

“अगं हो. का तुला नाही वाटत का तसं? गोपाळचं आणि तुझं नातं कसं आहे ना.. एकदम साधं, सरळ, सोपं. त्यात कुठलाच दिखावा नाही,

तामझाम नाही. जसं की.. जसं की.. वरण भात असतो ना. आपण कितीही खाऊ बाहेरचं चमचमीत, पण वरणभाताची सर शेवटी कशालाच येत नाही, एव्हरग्रीन चव असते त्याची. तसंच आहे तुमचंही.

मलाही खरंतर असंच जगायला आवडतं. 'आय लव्ह यू' न म्हणताही कितीदा सांगू शकतो ना आपण, हे गोपाळकडे बघून समजत मला. ज्याप्रकारे ते तूझ्याकडे बघतात, दुसऱ्यांसमोर तुला मानाने मिरवतात, तुझी काळजी घेतात.."

"काळजी?"

"मागे नाही का, एकदा तुझं पिरेड्समुळे पोट दुखत होतं. किती खटपट करत होते ते! सुटीही घेतली होती त्यांनी. बाहेर जातांना दरवेळी तुला सोबत नेतात, तुझं मन रमावं म्हणून. घरकामातही मदत करतात. खरंतर हे असं असावं नवरा बायकोचं नातं, फक्त गिफ्ट्सची देवाणघेवाण करण्यापुरतंच ते नसावं असं मला वाटतं."

मी नुसतीच हसले. घरी आल्यावरही मंजिरीचे शब्द माझ्या डोक्यात फिरत होते.

मला नवलच वाटलं, मंजिरीला मी नशीबवान वाटत होते; ते ही तिच्याजवळ राजसारखा नवरा असताना. पण ती जे जे बोलली ते सगळं खरं होतं. हे माझी काळजी खूप घ्यायचे. काय हवं नको ते बघायचे.

मी ह्यांच्यापेक्षा कमी शिकलेली असूनही ह्यांनी मला कधीच त्या बाबतीत कमी लेखले नाही. थोडे कंजूष होते, पण मी काही घ्यायचं म्हटलं की, सहसा नाही म्हणत नव्हते. फक्त 'पैसे जपून वापर' असं सांगत राहायचे. माझ्यासाठी त्यांनी वेगवेगळे अकाउंट्स ही काढून ठेवले होते.

तेवढ्यात गोपाळ आले. कपडे वगैरे बदलून म्हणाले, "काय? आज 'बिग बॉस' नाही बघणार आहेस का? ग्रँड फिनाले आहे आज." असं म्हणतं त्यांनी टीव्ही लावला.

ह्यांना बिग बॉस आवडत नव्हतं, तरीही फक्त मला आवडतं; म्हणून ते माझ्यासोबत बघायचे.

मला ताप आला की रात्र रात्रभर जागून कपाळावर थंड्या पाण्याच्या पट्या बदलवायचे.

तेवढ्यात काहीतरी करपल्यासारखा वास आला. मी पटकन उठून किचनमधे गेले तर भाजी करपत होती. घाई घाई मी ते पातेलं उचललं तर दोन्हीही हातांना चांगलाच चटका लागला.

“आई ग!” मी तडफडले.

हे मागून धावत आले नि ओरडले, "अगं, काय हा वेंधळेपणा?"

त्यांनी पटकन गडूतलं तूप माझ्या बोटांना लावायला सुरुवात केली. तोंडातून फू फू करत माझ्या बोटांना थंड करण्याचा प्रयत्न करू लागले.

किती काळजी होती ह्यांना माझी! किती प्रेम होतं ह्यांच्या नजरेत! आणि हे मला कधी दिसलंच नाही.

माझ्या डोळयांतून अश्रू निघू लागले. हे माझ्याकडे बघून म्हणाले, "दुखतंय ना खूप. रडू नकोस. थांब."

ह्यांनी फ्रिजमधून बर्फ काढला नि त्यात रुमाल भिजवून माझ्या बोटांभोवती गुंडाळला. जेवणही त्या दिवशी ह्यांनीच मला भरवले. रात्रीही किती तरी वेळ रुमाल थंड पाण्यात भिजवून परत परत माझ्या हाताभोवती गुंडाळत राहिले. शेवटी थकून झोपी गेले.

मी मात्र जागीच होते.

आज लागलेल्या चटक्यांचाही आनंद वाटत होता. जे मला दोन वर्षांत समजले नाही, ते मंजिरीला दोन महिन्यांत जाणवले.

मी किती मूर्ख होते. गिफ्ट्स वगैरे ह्या वस्तू तर कुणीही पैश्याने विकत घेऊ शकतं पण प्रेम असं कुठेही, कुणालाही मिळत नाही. ते अमूल्य असतं आणि त्यासाठी भाग्य लागतं. ते भाग्य माझ्याकडे असताना मी ह्या छोट्या छोट्या गिफ्ट्सकडे, दिखाव्याकडे धावत होते.

गोपाळ मॉडर्न नाहीत, खूप काही देखणेही नाहीत, विचारही जुने आहेत त्यांचे, पण प्रेमळ आहेत. त्यांच्या मनात माझ्याबद्दल इतकं प्रेम आहे की, त्याच्यासमोर सगळ्या महागड्या वस्तू फोल आहेत.

त्यांच्या प्रेमात कुठलीच भेसळ नव्हती, सजावट नव्हती आणि अपेक्षाही नव्हती. मी जशी आहे तशीच त्यांना आवडत होते; मग मी का त्यांना बदलण्याचा प्रयत्न करत होते?

तेवढ्यात गोपाळचे घोरणे सुरु झाले. मी गालातल्या गालात हसले. उठून मी माझे डोके त्यांच्या खाली वर होणाऱ्या पोटावर ठेवले.

मी रात्रभर आनंदात हसत राहिले; कारण मला माझे प्रेमाने, मायेने भरलेले मौल्यवान 'अँटिक पीस' सापडले होते.

7

सेकंड इनिंग

मुलांची लग्नं पार पडली. राज आणि रितू दोघेही आपआपल्या करिअर आणि आयुष्यात मस्तपैकी सेटल झालेत. पण मी मात्र नवरा, तरीही घरदार, मुलं, सासूसासरे नि आईवडील; असं वाटतं एखाद्या ग्रहाप्रमाणे त्यांच्याभोवती फिरत राहिले आयुष्यभर.

आज एकांतात विचार केला तर माझी मी जणू उरलेच नव्हते. स्वतःला हरवून बसले होते कुठेतरी, ह्या सगळ्या व्यापात. आज मला स्वतःलाच प्रश्न करावासा वाटतो की, काय केलंस तू माझ्यासाठी? स्वतःसाठी?

विसाव्या वर्षी बाबांना आवडलेल्या मुलाशी म्हणजे ह्यांच्याशी निमूटपणे लग्न केलं; ते ही शिक्षण अर्धवट सोडून. लग्नाला एक वर्ष होत नाही ते लगेच राज आणि रितू अशी दोन जुळी मुलं झाली. मग सगळं आयुष्य ह्या सगळ्यांभोवती फिरत राहिलं.

मागच्या वर्षी हे हार्ट अटॅकमुळे गेले, पण त्या आधीही ते असतानाही नसल्यासारखेच होते. इतक्या वर्षांचा संसार करूनही का कुणास ठाऊक, आम्ही मनाने कधी जवळ येऊच शकलो नाही. कामामुळे सहसा ते घरी नसायचे. एखाद्या वेळी फ्री असले तरी ते मित्रांमधेच जास्त रमायचे.

आता मुलं म्हणतात, ये आमच्याजवळ रहायला पण आता कसंय ना, आता सवय झाली आहे ह्या घराची आणि त्यांनाही त्यांची स्पेस द्यावीशी वाटते जरा. शिवाय मी सध्या सत्तेचाळीस वर्षांची. त्यामुळे

शरीरही काही इतकं थकलेलं नाही.

हाती जुना अल्बम घेऊन मी ह्या विचारांच्या ट्रेनमधे बसून एका मागोमाग वर्षानुवर्षे मागे टाकत होते, तोच नजर खिळली माझ्या कॉलेजच्या ग्रुप फोटोवर. कॉलेजच्या आठवणींच्या सरी एका मागोमाग पडतंच होत्या आणि मी त्यात आनंदाने गिरक्या घेत भिजत होते, एखाद्या नुकत्याच वयात आलेल्या तरुणीसारखी.

तेवढ्यातच मोबाईल वाजला आणि मी परत प्रौढ झाले, कुणाचीतरी सून, बायको आणि आई होऊन त्या आठवणींच्या ट्रेनमधून उतरले. तो स्मृतींचा पाऊस सोडून वर्तमानाच्या उन्हात परत कोरडी झाले.

रितूचा फोन होता. "काय आई! कुठे होतीस? उशीर केलास फोन उचलायला."

"अगं, काही नाही. जरा कामात होते."

"बरं. मी जे सांगतेय ते लक्षपूर्वक ऐक. 'मी मराठी' ह्या चॅनेलने एक मोठी गायन स्पर्धा आयोजित केली आहे. आधी ते ऑडिशन घेतील. त्यातून बेस्ट गायक किंवा गायिका निवडून त्यांना एका लाईव्ह शोमधे गाण्याची संधी मिळणार आहे." रितू उत्साहाने सांगत होती.

"मग?"

"अगं आई, मग म्हणजे काय? मी तुझ्या नावाने ऑनलाईन फॉर्म भरलाय."

"काय? रितू तुला वेडबीड लागलंय की काय? अगं, मी जवळजवळ पंचवीस वर्षांपासून गायले नाही आहे. आधी बाबांना ते आवडलं नाही आणि मग ह्यांना. गाण्यासाठी रियाज लागतो. इतक्या मोठ्या चॅनेलवर तेही दिग्गजांसमोर कसं जमेल मला? नाही. नकोच."

"आई, अजून तीन महिन्यांचा अवधी आहे. त्यात तू तयारी करू शकतेस. आजपर्यंत फक्त दुसऱ्यांचाच विचार करत आलीस. आता स्वतःचा विचार कर. आता तरी स्वतःसाठी जग."

"पण.."

"पणबिण काही नाही. तू विचारत होतीस ना त्या दिवशी, ह्या वर्षी वाढदिवसाला मला काय पाहिजे? तर मला हेच पाहिजे असं समज. ह्या स्पर्धेत भाग घे, हेच माझं गिफ्ट आहे असं मी समजेन." असं म्हणून

रितूने फोन ठेवला.

मला मात्र धडकीच भरली. कधी काळी संगीताच्या नावाने बहरून जाणारी मी आता परत गायचे म्हटल्यावर उलट घाबरले. बराच वेळ विचार करत राहिले. नंतर स्टोअर रूममधल्या कपाटातल्या काही कॅसेट्स बाहेर काढल्या. कॉलेजमधल्या काही वह्या, फोटो आणि बरंच काही. घरातला पसारा आवरताना आठवणींचाच पसारा जास्त होतो आणि मग सगळा दिवस मन आवरण्यात निघून जातो. तसंच काहीसं झालं त्यादिवशी.

एका वहीतून मोरपीस पडलं, त्याने दिलेलं आणि मग ते मोरपंख मला उडवून घेऊन गेलं त्याच्या, माझ्या आणि संगीताच्या जगात..

मी कॉलेजमध्ये असतानाचे ते दिवस. मी पारंपारिक घरात वाढलेली. आईवडील दोघांनाही मुलींनी फार वेळ बाहेर राहणं, गप्पागोष्टीत रमणं, मुलांशी बोलणं पटायचं नाही. त्यामुळे माझाही स्वभाव अबोल, शांत आणि लाजाळू झाला. कॉलेज ते घर आणि घर ते कॉलेज एवढंच काय ते बाहेरच जग बघणं.

मला गायला खूप आवडायचं पण मी फक्त एकांतात गायचे; कारण बाबांना गाणं नाचणं हे विशेष आवडायचं नाही. मी तरीही रेडिओवर गाणी ऐकून एकांतात गुणगुणायचे.

मी बी.ए. फर्स्ट इयरला कॉलेजमधे ॲडमिशन घेतली. इथेही तेच. मन म्हणत होतं संगीत विषय घे पण बाबांनी इंग्लिश घ्यायला लावलं.

एकदा, सर आले नसल्यामुळे बाकी सर्व मुलंमुली कॅन्टीनमधे गेलेले होते. मी मात्र क्लासरूममधे एकटीच काहीतरी लिहीत बसले होते.

एकांतात गुणगुणण्याच्या सवयीमुळे मी लिहिता लिहिता गात होते.

"सांज ये गोकुळी..

सावळी..

सावळी..

सावळ्याची जणू सावली.."

मी गाण्यात इतकी रममाण झाले की, आपोआप माझे डोळे बंद झाले आणि त्या गाण्यातल्या शब्दांसोबत माझ्या कल्पनेत चित्र तयार होऊ लागले. किती सुंदर असतं ना संगीत! त्यात बुडालो की आजूबाजूचे

आणि मनातले कलह सुद्धा शांत होतात.

"माऊली सांज, अंधार पान्हा..

विश्व सारे जणू होई कान्हा..

मंद वाऱ्यावरी वाहते बासरी..

अमृता..च्या ..अमृता....अहं..अहु.." ही हरकत काही केल्या जमतंच नव्हती तेवढ्यात कुणाचा तरी सुमधुर आवाज कानी पडला.

"अमृताच्या जणू ओंजळी.. सांज ये गोकुळी..सावळी ..सावळी.."

इतकी कठीण हरकत इतक्या सहजतेने घेतलेली ऐकताच मी माझे डोळे उघडले. समोर एक सडपातळ मुलगा गात होता. एक वेगळंच तेज होतं त्याच्या चेहऱ्यावर.

माझ्याकडे बघून हसत म्हणाला, "खूप गोड गातेस. फक्त थोड्या रियाजाची आवश्यकता आहे."

मी मात्र भांबावल्यासारखी गप्प बसून राहिले, बघत राहिले. जणू मी काही ऐकलंच नाही. मुलांशी कधी एकदम बोललेच नव्हते; म्हणून काय बोलावे ते सुचलेच नाही. तो प्रश्नचिन्ह चेहऱ्यावर आणून माझ्याकडे बघत राहिला.

"अगं, तुझ्याशीच बोलतोय मी. ऐकू येतं ना तुला? माझं गाणं ऐकू आलं म्हणजे येत असेलच."

मी पुन्हा तशीच गप्पच राहिले.

तेवढ्यात त्याला मागून कुणीतरी आवाज दिला, "निरंजन" हो. निरंजन नाव होतं त्याचं. तो माझ्याकडे एक कटाक्ष टाकून निघून गेला. मला तर त्याचा आधी रागच आला. एकतर न जाणे तो किती वेळ माझं गाणं माझ्या नकळत तिथे ऐकत बसला होता आणि वरून मला काहीबाही बोलूनही गेला.

तसं माझंही चुकलंच म्हणा. त्याने माझं गाणं ऐकल्यावर मला भरभरून दाद दिली होती तर कमीतकमी मी 'थँक यू' तरी म्हणायला पाहिजे होतं. कुणीतरी माझं गाणं ऐकलं होतं आणि त्याला ते आवडलंही होतं. तो ही स्वतः इतकं छान गाणारा. त्याला मला गाण्यातले बारकावे ही विचारता आले असते. त्याने नक्कीच संगीताचे शास्त्रोक्त शिक्षण घेतलेले असावे असे जाणवत होते. परत तो मला भेटला तर नक्कीच

त्याच्याशी बोलू असे मी मनोमन ठरवले.

नंतर असे बरेच दिवस गेले, पण तो काही भेटला नाही. मीही अभ्यासात व्यस्त झाले. परिक्षा झाली आणि कॉलेजमधे स्नेहसंमेलनाचे वारे पसरले. गाण्यासाठीही ऑडिशन्स होत होत्या. मी मात्र बाबांना हे सगळं आवडणार नाही, म्हणून त्यापासून अलिप्त राहण्याचे ठरवले.

एके दिवशी कॅन्टीनमधे मी आणि माझी मैत्रीण रमा चहा पित होते. तिथे तो दिसला. निरंजनच होता तो. त्याच्या बाजूला बसलेला त्याचा मित्र त्याला म्हणाला, "निरंजन, तू गाण्याच्या स्पर्धेत भाग घे. नक्कीच जिंकशील."

"घेतला असता रे. पण त्यात पार्टनर असणे आवश्यक आहे. इतक्या कमी वेळेत पार्टनर मिळणे कठीण आहे."

रमा मला हळू आवाजात म्हणाली, "ऐकलंस का? ह्याचं गाणं ऐकलंय मी मागे एकदा. मस्त गातो हा आणि दिसतोही किती छान! तू हो ना ह्याची पार्टनर."

"काहीही काय बोलतेस? मी आणि स्टेजवर.. नेव्हर."

"इतकी छान तर गुणगुणतेस. थांब. मीच विचारते त्याला."

मी पुढे काही बोलणार, त्या आधीच रमा निरंजनच्या टेबलजवळ जाऊन उभी राहिली. मला काय करावे सुचेना. तिने त्याला मी त्याची किती चांगली पार्टनर होऊ शकते, हे पटवून देण्यास सुरुवात केली. तो ऐकत रमाचं होता पण त्याची नजर माझ्यावर खिळलेली होती. मी त्याची नजर चुकवून इकडेतिकडे, खालीवर बघू लागले.

"अगं, पण तुझ्या मैत्रिणीला बोलता येतं का रमा? मला वाटतं तिला फक्त गाताच येतं. ते ही एकांतात. जाऊ दे. नको मला असली अबोल पार्टनर." मला ऐकू येईल अश्या मोठ्या आवाजात तो मिश्किलपणे म्हणाला.

ह्यावेळी मात्र मला त्याचा खूपच राग आला. मी रागात तणतण करत उठले आणि त्याच्याजवळ जाऊन, त्याच्या नजरेला नजर देऊन म्हणाले, "हे बघा मिस्टर, मला बोलताही येतं आणि ऐकूही येतं व्यवस्थित. तुमचे पुणेरी टोमणे तुमच्याजवळच ठेवा. आवडतं मला

गायला पण नाही गायचंय कुठल्या स्पर्धेत आणि तुमच्यासोबत तर मुळीच नाही." असं म्हणून मी तिथून निघणारच तेवढ्यात,

"का? घाबरलीस? भिती वाटते चार चौघात गायची, कॉम्पिटिशनची, लोकांच्या जजमेंट्सची?"

मी परत वळले, "नाही. मुळीच नाही."

"मग हे चॅलेंज एसेप्ट कर. तुला बोलता येतं हे तर दिसतंच आहे. आता चारचौघात गाऊन स्वतःला सिध्द करून दाखव."

मी जराही विचार न करता म्हणाले, "चॅलेंज एसेप्टेड, मिस्टर. उद्या किती वाजता प्रॅक्टिसला येऊ तेवढं सांगा?"

त्यानंतर मी निरंजनला प्रॅक्टिससाठी भेटत राहिले. घरी खोटं बोलून, कधी एक्सट्रा क्लासेसच्या निमित्यानं तर कधी मैत्रिणीकडे जाण्याच्या निमित्यानं.

निरंजन माझा सिनिअर होता. संगीत विषय घेऊन एम.ए. करत होता. त्याचं संगीतावर खूप प्रेम होतं. गायला लागला की सगळं भान विसरून जायचा आणि मी फक्त त्याला बघत बसायचे. असं वाटायचं फक्त त्यालाच ऐकत रहावं. ती वेळ कधीच संपू नये. तसा खूप खोडकर होता. माझी टिंगल करायचा. पण जसजसे त्याला रोज भेटू लागले तसा त्याचा स्वभाव कळू लागला. ऑडिशनपर्यंत आमची खूप घट्ट मैत्री झाली.

ह्या निमित्ताने मलाही त्याच्याकडून संगीतातले बारकावे शिकायला मिळत होते. मी त्याला गमतीत गुरुजी म्हणायचे. आम्ही दोघेही ऑडिशनमधे सिलेक्ट झालो. नंतर फायनल राऊंडही जिंकलो. त्याच्यामुळे पहिल्यांदा मी इतक्या लोकांसमोर गायले. लोकांच्या टाळ्यांचा कडकडाट ऐकून जाणवले की खरंच मी चांगली गाते. मला माझे पॅशन सापडले होते. माझ्यातली मी सापडले होते आणि ते फक्त निरंजनमुळे.

एकदा सहजच त्याला न सांगता त्याच्या रूमवर गेले. दार वाजवणार तेवढ्यातंच थबकले; कारण आतमधून कुठल्यातरी मुलीचा आवाज येत होता. नंतर लक्षपूर्वक ऐकले तर कळलं तो आवाज माझाच होता. खिडकीतून हळुवारपणे डोकावून बघितले तर निरंजन माझ्या

आवाजाची रेकॉर्ड केलेली कॅसेट ऐकत बसला होता. आम्ही दोघे एकत्र असताना झालेलं प्रत्येक संभाषण, सोबत गायलेले प्रत्येक गीत त्याने रेकॉर्ड केले होते माझ्या नकळत. ते ऐकतांना त्याच्या चेहऱ्यावर खूपच गोड हास्य होते. मनोमन मी ही खूप मोहरून गेले. कदाचित त्याला प्रत्येक घडीला मी त्याच्यासोबत असावे असं वाटतं असावं, अगदी माझ्यासारखंच.

त्याच्याकडून गायनाचे धडे गिरवतांना कधी त्याच्या प्रेमात पडले कळलंच नाही. स्वतः व्यक्त करण्याची हिम्मत होत नव्हती आणि तो वेडाही काही बोलत नव्हता. कळत नसेल का ह्याला माझ्या नजरेतून खरंच माझ्या मनात काय आहे ते?

एकदा तर मला न सांगता गावी निघून गेला; परत आला तो चार पाच दिवसांनंतर. मग मीही फुगून बसले. कॉलेजमधे भेटला तरीही बोलले नाही. भेटायला ही गेले नाही. एक दिवस अचानक त्याने मला वाटेत गाठलं. मी पुन्हा काही बोललेच नाही. मग त्याने वाटेतच माझ्यासमोर लोटांगण घातलं. मला हसायला येत होतं पण मी हसू दाबत होते.

"वाट सोड." मी हसू दाबून गंभीरपणे म्हणाले.

"नाही वीणा. माझ्याशी तू नॉर्मल बोलल्याशिवाय नाही."

"नौटंकी करू नकोस. लोक बघत आहेत."

"मी उठतो. मग बोलशील ना."

शेवटी त्याने मला त्याच्या रूमवर जाऊन बोलण्यास मला भाग पाडले.

"हे बघं. आपण सोबत गायलो, जिंकलो. बस एवढंच काय ते आपलं नातं. आता आपण नको भेटायला." मी मुद्दाम नखरे दाखवत म्हणाले.

"अगं, असं कसं म्हणतेस. गुरुजी म्हणतेस ना तू मला. मग ते एक नातं आहेच ना.." तोही फुल्ल नौटंकी होता. आम्हा दोघांचाही मूड काही और होता आणि आम्ही दाखवत काही और होतो.

"बरं..हे बघा गुरुजी. आता काही तुमच्यासारख्या हरहुन्नरी संगीत विशारदाकडून मला शिकणे जमेल असं वाटत नाही. काय करणार? माझे नशीब इतके थोर नाही. त्यामुळे मला क्षमा करा."

“नाहीईईई.. प्रिय शिष्या. नको ना अशी ह्या वाळवंटरुपी आयुष्यात ह्या पामराला अशी सोडून जाऊ. संगीताचा आणि तुझाच तर आधार आहे मला..” पुन्हा नौटंकी.

“नाहीच जमणार गुरुजी मला. आपला प्रवास इथेच संपला. तुमची गुरुदक्षिणा सांगा काय देऊ? म्हणजे मग मी तुमच्या ऋणातून मुक्त होईन.” मी जून्या सिनेमात जसं नाकातून आवाज काढून ॲक्टर्स बोलायचे त्या टोनमधे बोलले.

“बरं...बालिके...जशी तुझी इच्छा. जा तू , फक्त गुरुदक्षिणेत मी मागेन तेच तुला द्यावे लागेल.”

“हवं ते देईल गुरुजी. सांगा काय हवं तुम्हाला?”

“तू..” तो माझ्या नजरेला नजर भिडवून म्हणाला.

आता ह्यावर काय बोलावे ते मला सूचलेच नाही. मी लाजून तिथून निघून जाणारच तेवढ्यात, त्याने माझा हात पकडून मला त्याच्या मिठीत सामावून घेतले. माझ्याकडून त्याच्याकडे बघणं होतच नव्हतं. शेवटी त्यानेच त्याच्या हाताने माझी हनुवटी वर केली आणि माझ्या डोळ्यांत बघितलं. प्रेमात पडलं की नजरेची भाषाही समजायला लागते. त्याला माझा होकार नजरेतूनच समजला. तो त्याचे ओठ माझ्या ओठांवर ठेवणार तोच मी टेबलवर असलेली वही उचलली आणि आमच्या दोघांच्यामधे पकडली आणि त्यावर किस करून रूमच्या बाहेर पळून आले.

नंतर मागे वळून बघितले तर तो दारात उभा राहून गोड हसत होता. त्याने माझ्या लिपस्टिकचे मार्क्स असलेली ती वही कायम तशीच रहावी म्हणून लॅमिनेट करून आणली. काय एक एक ते खूळ!

त्याच्या वहीत चाळतांना मला त्यात एक मोरपीस सापडले. मी सहजच आपल्या गालावर ते मऊ मोरपीस फिरवू लागले. निरंजन काहीतरी गुणगुणत होता. माझ्याकडे बघताच शांत झाला.

मी त्याला “शांत का झालास?” विचारले तर मला म्हणाला,

“माझ्यापेक्षा तर ते मोरपीस जास्त नशीबवान आहे. कमीतकमी त्याला तुला स्पर्श करण्याची तर मुभा आहे. घेऊन जा ते तू तुझ्यासोबत. तसेही माझ्यापेक्षा तुला तेच प्रिय आहे.”

मला त्याच्या बालिशपणावर खूपच हसायला येत होतं. मग मी ते मोरपीस त्याच्या गालावर ठेवुन अलगद त्यावर ओठ टेकवले. तेव्हा कुठे निरंजनचा रुसून फुगलेला गालांचा फुगा फुटला. पुढे त्या क्षणाची आठवण म्हणून मी ते मोरपीस कायम माझ्याजवळ जपून ठेवले. काही कॅसेट्सही त्याला मागून जपून ठेवल्या, पण ती लॅमिनेट केलेली वही मात्र काही त्याने मला दिली नाही.

असे ते प्रेमाचे क्षण आणि दिवस कसे भरभर निघून जात होते, ते कळलेच नाही. पण म्हणतात ना, आयुष्य कधीच एकाच वळणावर, एकाच दिशेने आपल्या पद्धतीने चालत नाही. ते अनिश्चित असतं, अनपेक्षित असतं. निरंजनची स्वप्नं बघता बघता सत्याचा मला विसर पडला होता.

एकदा आईबाबांनी अचानक गावी म्हणजे माझ्या आजोळी जायचे ठरवले. मीही निरंजनला चार पाच दिवसांत परत येते असं सांगून त्यांच्यासोबत निघून गेले. गावी पोहोचले तर घरासमोर मोठा मांडव टाकलेला होता. मी माझ्या काकूला विचारले, “कुणाचं लग्न आहे?”

ती हसून म्हणाली, “अगं वेडाबाई, तुझं..”

हे ऐकून माझ्या पायाखालची जमीन सरकल्यासारखेच वाटले. माझा तोल जाणार इतक्यात आईने मला सावरले आणि घराच्या आत नेले. आईबाबांना निरंजन आणि माझ्याबद्दल समजलं होतं. मी बराच प्रयत्न केला पण त्यांनी माझं ऐकलं नाही.

लग्न सुरळीत पार पडलं. मी सासरीही गेले. काही दिवसांनी माझा निकाल लागल्याचं कळलं. मार्कशीट आणण्यासाठी ह्यांनी मला पुण्याच्या गाडीत बसवून दिलं. मी कुठल्याही परिणामांची पर्वा न करता बसस्टँडवरून घरी न जाता सरळ निरंजनच्या रूमवर गेले. लग्नाची बातमी त्याला मैत्रिणींकडून मिळालेली होतीच.

दाराजवळ जाऊन उभी राहिले पण दार ठोठावण्याची हिंमत झाली नाही. शेवटी खिडकीतून आत डोकावून पाहिले. रूममध्ये धूरच धूर पसरला होता. निरंजन त्याच्या नेहमीच्या जागेवर, खुर्चीवर बसला होता. मी निरखून बघितले. दाढी वाढलेली, एका हाती सिगरेट तर दुसऱ्या हातात लॅमिनेट केलेली ती डायरी. डोळ्यांभोवती काळी वर्तुळं,

चेहऱ्यावर उदासी. चेहऱ्यावरचे तेज गायब झाले होते. खरा निरंजन जणू हरवला होता.

मैत्रिणीकडून कळलं की त्याने गाणं, कॉलेजमधे जाणं, सगळं सोडलं होतं. मी माझं संगीत जपू शकणार नव्हते; कारण ह्यांना ते आवडत नव्हतं, पण निरंजनच्या रुपात, मनात, ते जिवंत रहावं ही माझी आता शेवटची इच्छा होती, ह्या आयुष्याकडून.

मी सत्य स्वीकारलं होतं, पण निरंजन खूप स्वप्नाळू नि हळवा होता. त्याच्या मनाला हे सगळं पचत नव्हतं. तो आजही माझी वाट बघत होता, पण ते आता शक्य नव्हतं. त्याला माझ्या स्वप्नातून जागं करणं आवश्यक होतं. त्याचं ते स्वप्नं तोडून टाकायला हवं होतं.

मी माझे भरलेले डोळे पुसले आणि दार ठोठावले. त्याने दार उघडले. मला बघताच तो ढसाढसा रडू लागला. मला बिलगला. मी त्याला थोडं सावरल्यावर बाजूला केलं.

"मला माहिती होतं वीणा, तू परत येशील. तू फक्त माझी आहेस."

"नाही निरंजन. मी तुझी नाही. माझं आता लग्न झालंय. तू आता आपल्यातलं सगळं विसरून जा."

"तू विसरलीस?"

"हो. कधीचीच. माझ्या नवऱ्याकडे मी सुखी आहे." मनावर दगड ठेवून मी म्हणाले.

"इतकं सोपं आहे हे तुझ्यासाठी की तू जे दाखवत होतीस तू ते नव्हतीसच. मी फक्त तुला टाईमपाससाठी हवा होतो आणि श्रीमंत, सेटल्ड पुरूष मिळाला तर लगेच लग्न करून मोकळी झालीस."

त्याने माझे दोन्हीही दंड जोराने पकडले. मला खूप दुखत होतं, पण त्याच्या हृदयाला ह्याहीपेक्षा जास्त वेदना होत आहेत हे त्यातून जाणवत होतं.

"हो, माझा नवरा आहेच कर्तृत्ववान आणि तू बघ. एक मुलगी काय सोडून गेली देवदास होऊन ह्या रूममध्ये लपून बसला आहेस. स्वतःचं पॅशन विसरला आहेस. असेल हिम्मत तर काही तरी बनून दाखव, मला खरी खोटी सुनावण्यापेक्षा."

"असं आहे तर, चॅलेंज असेप्टेड मॅडम. तू ही माझं चॅलेंज असेप्ट केलं होतं तसंच मी तुझं चॅलेंज असेप्ट करतो पूर्ण आयुष्यासाठी. मी असं काही तरी बनून दाखवेन की, एक दिवस तू पश्चाताप करशील, तुझ्या ह्या निर्णयावर."

"ऑल द बेस्ट. आता माझं आयुष्य वेगळं आहे नि तुझं वेगळं. ह्या दोन वाटा आता कधीच मिळणार नाहीत, ही गाठ आता मनाशी बांधून घे."

असं म्हणून मी तिथून निघून आले नि ऑटोरिक्षात बसले आणि आतापर्यंत मनाला घातलेला आवर, धैर्याचा बांध फुटला. दुःख अश्रू बनून वाहू लागले.

इतक्या दिवसांनी भेटल्यावर, मलाही वाटलं होतं, त्याच्या मिठीत विरघळून जावं. मलाही वाटलं त्याच्या खांद्यावर माझे दुःख हलकं करावं. मलाही वाटलं की सगळं जग विसरून फक्त त्याचीच होऊन जावं, पण मी मनावर ताबा ठेवला. आता ते मुळीच शक्य नव्हतं. एकतर मी आता कुणाची तरी पत्नी होते आणि लवकरच कुणाची तरी आई होणार होते. हो, मी गरोदर होते. त्या दिवशी मी निरंजन आणि संगीताला कायम तिथेच, त्याच्या रूममधेच सोडून आले.

तेवढ्यात कुणीतरी बेल वाजवली. मी निरंजनच्या विचारांतून जागी झाले. मी माझे डोळे पुसून सगळं आवरून निरंजनच्या प्रेयसीला कपाटातच बंद केले आणि मग दार उघडण्यासाठी मी पुन्हा मिसेस. जाधव झाले.

रितूने फॉर्म भरलाच होता; म्हणून आता प्रॅक्टिस करणे भाग होते. रोज निरंजन आणि माझ्या कॅसेट्स ऐकून मी रियाज करत होते. मी पुन्हा नव्याने जगू लागले होते. पुन्हा नव्याने स्वतःला सापडत होते. दरवेळी रियाज करतांना असं वाटायचं की, उगाचच आपण इतकी वर्षं वाया घालवली.

का नाही ह्यांचा विरोध पत्करून माझी संगीताची आवड जपली होती मी? का नाही स्वतःसाठी उभी राहिले मी? आयुष्यात सर्वच आपल्या हातात नसतं, पण काही गोष्टी खेचून आणायच्या असतात, त्यात मी कमी पडले.

अधूनमधून रितूशी फोनवर बोलणं झालं की ती म्हणायची, "आई, गायला लागल्यापासून तुझा आनंद तुझ्या आवाजात जाणवतोय." मीही मग तिचे आभार मानायचे.

म्हणता म्हणता, ऑडिशनचा दिवस आलाच. मी 'मी मराठी' चॅनेलच्या ऑफीसला गेले. ऑडिशनसाठी खूप गर्दी झाली होती, सगळे अनोळखी चेहरे. रितूची मैत्रीण नेत्रा त्या चॅनेलसाठी काम करायची. तिच तिथे एक ओळखीची होती.

जसा जसा माझा नंबर जवळ येऊ लागला तस तसे माझ्या हृदयाचे ठोकेही वाढू लागले. सोबत हिम्मत मिळावी म्हणून मी निरंजनने दिलेले मोरपीस हाती नेले. पण तरीही खूप भिती वाटत होती. एसी सुरू असतानाही मला दरदरून घाम फुटला होता.

मी माझे डोळे बंद केले तेव्हा अचानक निरंजनचा चेहरा मला दिसू लागला नि कॉलेजमधल्या ऑडिशन पूर्वीचे त्याचे शब्द माझ्या डोक्यात फिरू लागले, "डोळे बंद कर. दीर्घ श्वास घे. रिलॅक्स रहा. तुला ही स्पर्धा जिंकायची आहे म्हणून गाऊ नकोस. गाण्यातल्या टेक्निकल गोष्टींवरही लक्ष्य केंद्रित करू नकोस. असं समज की एखाद्या शांत, सुंदर नदीच्या किनारी, एका झाडाखाली तुझ्या मनात सहज आलं आणि मग तू हे गाणं गायला लागलीस. तिथे ऐकणारं कुणीच नाही. तू गाते आहेस, फक्त स्वतःसाठी. तुला त्यातून आनंद मिळतो म्हणून तू गाते आहेस."

तेवढ्यात नेत्रा म्हणाली, "मावशी, चल. तुझा नंबर आलाय."

मी आत आत्मविश्वासाने गेले. समोर सावित्रीदीदी आणि नव्या पिढीचे गायक सावन कुमार हे दिग्गज बसलेले होते. त्यांनी मला नाव विचारून गायला सांगितले.

मी देवाचं नाव घेतलं आणि मुक्त स्वरात गायला लागले, "सांज ये गोकुळी..सावळी सावळी.."

निरंजनने हे गाणं मला वेगवेगळ्या हरकती घेऊन गायला शिकवले होते. मी तल्लीन होऊन तशीच गात राहिले. ती स्पर्धा जिंकण्यासाठी नाही तर फक्त स्वतःसाठी..

ऑडिशनमधे मी सिलेक्ट झाले. राऊंड मागून राऊंड होत होते. परीक्षक, प्रेक्षक, नातेवाईक, मैत्रिणी सगळ्यांची खूप खूप वाहवा मिळत होती. त्यामुळे आत्मविश्वास अजूनच वाढला. राज आणि रितूही खूप प्रोत्साहन देत होते. कधी कधी असं वाटायचं, निरंजनही माझ्यासोबत असता तर.

शेवटी अंतिम फेरीचा दिवस आला. मी त्या रात्री अशी गायले की, जणू तो माझ्या आयुष्यातला शेवटचा दिवस होता आणि अंतिम फेरीही जिंकले.

तो माझ्या आयुष्यातला सगळ्यात आनंदाचा क्षण होता. मीही काही करू शकते, ह्या एवढ्या मोठ्या जगात माझंही काही स्थान असू शकतं हे त्यादिवशी जाणवले. मी त्यावेळी माझे आनंदाश्रू आवरू शकले नाही. ह्या सगळ्याचे श्रेय मी माझ्या मुलीला देऊ केले. प्रेरणास्त्रोत निरंजन होता. पण नाहीच बोलू शकले त्याच्याविषयी जगासमोर.

आशादीदी म्हणाल्या, "खूप पुढे जाशील, वीणा.अशीच गात रहा."

सावन कुमार ह्यांनीही माझे अभिनंदन केले. मग टाळ्यांचा कडकडाट झाला.

स्पर्धा संपली पण माझं संगीत आता सुटू द्यायचं नाही असं मी ठरवलं. नंतर एक दोन महिन्यांनी, नेत्राचा फोन आला. त्या चॅनेलने मला त्यांच्या लाईव्ह शोच्या रिहर्सलसाठी बोलावलं होतं, पण जेव्हा तिने माझ्यासोबत गाणारा गायक दुसरा तिसरा कुणी नसून निरंजन महाजन आहे हे सांगितलं तेव्हा थोडा वेळ मी निशब्द झाले. हे नाव ऐकून माझा माझ्या कानांवर विश्वासच बसत नव्हता.

निरंजन खूप मोठा पार्श्वगायक झाला होता, ही बाब काही लपण्यासारखी नव्हती. ते मला माहिती होतं. पण नेमका तोच माझ्यासोबत गाणं म्हणेल, हे अविश्वसनीय होतं.

निरंजनला प्रत्यक्ष बघायला मिळेल म्हणून आनंद झाला होता, पण न जाणे डोळ्यांच्या कडा का पाणावल्या होत्या? लाईव्ह शोसाठी रिहर्सल करायची म्हणजे परत भेटीगाठी वाढणार. परत तिच जखम खरडल्या जाणार. त्यापेक्षा 'मी लाईव्ह शो करणार नाही', असं सांगायचं ठरवलं. मी ऑफिसमधे पोहोचले. तिथे रेकॉर्डिंग रूममधे सगळे बसले होते.

मी काही बोलणार तेवढ्यात निरंजन आत आला. केस पिकलेले, दाढी पिकलेली होती. डोळ्यांना चष्मा लागलेला. चेहऱ्यावर तेज होतं, आत्मविश्वास होता. ह्या आधी जेव्हा मी त्याला शेवटचं बघितलं होतं त्यापेक्षा हा निरंजन वयस्क झाला होता, पण त्याच्या आत्मविश्वासाने, यशाने, कर्तृत्वाने तो खूपच मोहक आणि आकर्षक दिसत होता.

निरंजन ओळख न दाखविल्यासारखाच आत येऊन बसला. मी नेत्राला सांगितलं की, “मी नाही गाऊ शकणार शोमधे?”

तिने कारण विचारलं तर मी वैयक्तिक कारण आहे असं सांगितलं. निरंजन मला कोरड्या नजरेने बघत होता. सगळ्यांनी मला खूप समजावण्याचा प्रयत्न केला पण मी ठाम राहिले. शेवटी निरंजन जागेवरून उठून नेत्राजवळ गेला नि म्हणाला,

"जाऊ दे नेत्रा.. सोड.. काही लोकांना सवयच असते अर्ध्यावरती डाव मोडून जाण्याची.."

त्याचे शब्द माझ्या काळजावर असंख्य काट्यांसारखे बोचले. तो अजूनही माझ्यावर रागावलेला होता हे त्यातून स्पष्ट जाणवत होतं. मीही त्यावर म्हणाले, “असं काही नाही. कधी कधी काही गोष्टी आपल्या हातात नसतात.”

“असं कसं हातात नसतं असं म्हणतेस तू?” निरंजन एकदम जोरात रागावून म्हणाला आणि तेवढ्यात तिथे इतरही लोक आहेत हा विचार करून त्यांना म्हणाला, “प्लीज, लीव्ह अस अलोन फॉर सम टाइम.”

सगळे उठून निघून गेले. आता त्या रूममधे फक्त निरंजन आणि मीच होते.

“तर काय म्हणत होतीस तू? काही गोष्टी हातात नसतात. चूक. तुझ्या हातातच होत्या ना सगळ्या गोष्टी. कधीही आयुष्यात येणं, समोरच्याला वेडं लावणं आणि मनात येईल तेव्हा निघून जाणं. आताही तसंच, आलीस एकदम अचानक वादळासारखी आणि हादरून टाकलंय तू मला..आता परत...”

“म्हणूनच नाही म्हणायचं आहे मला गाणं. मी इथे अशी रोज आले तर तू हेच करशील. जुन्या गोष्टी उकरून काढशील. मला दोष देशील आणि आता मला नकोय ते सगळं.”

“वीणा मॅडम, प्रोफेशनॅलिझम नावाची काहीतरी गोष्ट असते. असं अचानक, इतक्या मोठ्या चॅनेलच्या शोला तू स्वतःच्या कन्व्हेनियन्ससाठी सोडून जाऊ शकत नाहीस. हे चॅनेल म्हणजे माझं आयुष्य नाही, कधीही आलं नि कधीही गेलं.”

मी त्यावर काहीच बोलले नाही, पण अश्रूही आवरू शकले नाही. मला रडतांना बघून निरंजन गोंधळला. आधी माझ्याजवळ आला मग पुन्हा मागे फिरला. त्याचा रुमाल त्याने मला काढून दिला. मी थोडी शांत झाल्यावर म्हणाला, “वीणा, मी मागचं काहीच उकरून काढणार नाही. फक्त तू एवढं गाणं म्हण. आपल्या वैयक्तिक प्रश्नांमुळे आपण ह्या लोकांचा वेळ गमावतोय.”

मी मानेनेच होकार दिला. थोडं रिलॅक्स झाल्यावर आम्ही रिहर्सलला सुरुवात केली. मला जे निरंजनसोबत गाणं गायचं होतं ते गायला खूप कठीण होतं. निरंजन मला कसं गायचं ह्यासाठी थोड्या हिंट्स देत होता. खरं तर निरंजनला रिहर्सलची एवढी गरज नव्हती; कारण त्याने खूप शोज आणि अशी खूप गाणी गायली होती. तरीही तो खूप डेडिकेटेड होता, हे मला त्याचं आवडलं.

दुसऱ्या दिवशी, मी रिहर्सलसाठी गेले तर निरंजन आधीच तिथे बसला होता. मी स्टुडिओच्या बाहेर असताना मला जाणवले की, तो काचेच्या दारातून माझ्याचकडे बघतोय. मी तिकडे बघितले तर त्याने त्याची नजर मोबाईलकडे वळवली.

मी मुद्दाम पुन्हा आत जायला उशीर केला आणि नेत्राशी बोलत बसले. पुन्हा तेच, मी दुसरीकडे बघितलं की त्याची नजर माझ्यावर. मी त्याच्याकडे बघितलं की नजर मोबाईलवर. हा चोर मोठा हुशार होता आणि हॅन्डसमही. केस पांढरे झाले होते, पण ते पांढरे केसही त्याला शोभले होते. त्याने ब्लू जीन्स आणि पांढरा कुर्ता घातला होता.

अधूनमधून त्या चॅनेलसाठी काम करणाऱ्या मुली त्याला भेटायला; सेल्फी, ऑटोग्राफ किंवा काय हवं नको ते बघायला आल्या की, त्या मुलींची नजर निरंजनवर खिळून जायची. कधी कधी मला वाटायचं की त्याची नजर उतरवून घ्यावी.

इतका हॅन्डसम, यशस्वी, प्रतिभावान असताना निरंजनला कुणीही मिळाली असती, पण निरंजन अविवाहित राहिला, कदाचित माझ्यामुळे. माझे पती गेलेत, हे त्याला एव्हाना माझ्या राहणीमानावरून कळले होते.

रिहर्सल झाली आणि मी सगळं आवरून गेटच्या बाहेर निघाले तर निरंजन तिथे उभा. मला म्हणाला, "कॉफी घ्यायला चलतेस का?"

मला आश्चर्य वाटले कारण निरंजन एकदम नॉर्मल वागत होता. मी हो म्हणाले. त्याच्या ड्राइवरने कार एका मोठ्या फाईव्ह स्टार हॉटेलसमोर थांबवली.

त्याने माझ्यासाठी चेअर सरकवली आणि मी बसणारच तेवढ्यात खट्याळ हसत म्हणाला,

"हळू बस, नाहीतर चेअर तुटेल. आता तू आधीसारखी हलकी राहिली नाहीस."

मला खूप राग आला, "हसू नको. गप्प बस. तू ही म्हातारडा झाला आहेस. केस बघं तुझे."

तो चिडला नाही उलट हसून म्हणाला, "कारण मी तुझ्यासारखी डाय लावत नाही तरुण दिसण्यासाठी. मी तसाच यंग दिसतो, यू नो."

मी अजूनच रागाने त्याच्याकडे बघू लागले.

"बापरे! वीणा असं बघू नकोस माझ्याकडे. असं वाटतंय मला कच्चं खाशील. भूक लागली का? सँडविच खा. मला नकोस खाऊ."

मी रागारागाने उठून जाणार तोच त्याने माझा हात पकडला. मी हात सोडवण्याचा प्रयत्न करू लागले तोच माझ्या कानाजवळ येऊन म्हणाला, "वीणा, अगं मी मस्करी करतोय. एकदा माझ्या डोळ्यांत बघं. खरंच एकदाच बघं."

मी वर बघितले. ती नजर बरंच काही बोलत होती. त्या नजरेत अजूनही माझ्यासाठी तेच प्रेम दिसत होतं जे तारुण्यात दिसायचं. ती नजर सांगत होती की, माझ्याशिवाय त्या डोळ्यांना कशाचीच आस नाही. ती नजर सांगत होती की, आजपर्यंत मला बघण्यास ती सतत आतुर होती. ती नजर सांगत होती की प्लीज, कुठेच जाऊ नकोस. काही क्षणांसाठी तरी अशीच सोबत रहा.

"आता सांग, खरंच शब्दांची गरज आहे का आपल्यात?"

मी मान खाली घातली. त्याने मला 'प्लीज थांब' असं नजरेनेच खुणावले. मी चेअरवर बसले. निरंजन खूप आनंदात होता आणि मीही. पण ह्या सगळ्या गोष्टींची, निरंजनची, त्याच्या प्रेमाची सवय तर नाही लागणार ना, ही भितीही होती. त्याने मला माझ्या कुटुंबाबद्दल, मुलांबद्दल विचारले.

शेवटी निघताना मी म्हणाले, "हे बघ निरंजन, आपण भेटतोय हे ठीक आहे, पण प्लीज ह्याची सवय लावून घेऊ नकोस, सिरीयस होऊ नकोस. ह्याला अंत आहे. शो झाला की, हे सगळं थांबणार आहे."

त्याने नुसताच दीर्घ श्वास घेतला. अश्या रोज भेटीगाठी होऊ लागल्या. मला हे सगळं मी चुकीचं करत आहे असं वाटत होतं. मुलं, सून, जावई, नातेवाईक ह्यांना कळलं तर लोकं काय म्हणतील, असं सारखं वाटायचं पण मन मानत नव्हतं. शेवटी मी ही एक मनुष्यप्राणीच होते, देव नव्हते.

रिहर्सलचा शेवटचा दिवस आला. दुसऱ्या दिवशी रेकॉर्डिंग होतं. तयारी खूप छान झाली होती. शेवटचा दिवस म्हणून निरंजनने मला त्याच्या घरी चलण्यास आग्रह केला. मी नाही म्हणू शकले नाही. त्याच्या घरी पोहोचले तेव्हा मेन डोअरवर 'निरंजन महाजन' हे नाव असलेली वीणेच्या आकाराची पाटी होती. त्याचा अर्थ मला लगेच उमगला.

"वीणा, तुला असं नाही वाटत की, नियतीने आपल्याला परत एकदा चान्स दिलाय एकत्र येण्याचा. मला माहिती आहे तुझ्या मनात आजही माझ्यासाठी तीच जागा आहे."

"निरंजन, नको हा विषय." माझे डोळे भरून आले.

"का मन मारून जगते आहेस? का तू तुझं प्रेम मोकळेपणाने व्यक्त करत नाहीस? का तू माझी होत नाहीस?"

"तुला वाटतं तितकं सोपं नाही हे, निरंजन. मी कुणाचीतरी आई, सासू आणि सगळ्यात महत्वाचं म्हणजे एक वयस्क विधवा आहे. लोक काय म्हणतील?

मला माहिती आहे निरंजन, माझ्यामुळे दरवेळी तुला दुःखच मिळालं आहे. पण नियतीनेच आपली कहाणी अधुरी लिहून ठेवली आहे, म्हणून

मला माफ कर."

असं म्हणून मी त्याला बिलगले. थोडं दुःख हलकं करून वेगळी झाले आणि तिथून निघून आले. निरंजन उदास नजरेने मला शेवटपर्यंत बघत राहिला.

दुसऱ्या दिवशी, मी लाईव्ह शोच्या ठिकाणी मेकअप रूममध्ये तयार होत होते. निरंजनला मी मुद्दाम भेटण्याचे टाळले. तेवढ्यात रितू आणि राज तिथे आले.

थोड्यावेळाने रितू म्हणाली, "आई, काल निरंजन ह्यांनी नेत्राला सांगून मला त्यांच्या घरी बोलावले होते. त्यांनी मला सगळं सांगितलंय. राज आणि मला ह्यातून काही प्रॉब्लेम नाही. आमच्या फॅमिलीज सुद्धा ब्रॉडमाईंडेड आहेत आणि लोकांची पर्वा कशाला करतेस? दोन दिवस बोलतील चूप बसतील. हे लोक येतात का आपल्याला दुःखात साथ द्यायला?

त्यांच्याकडे एक कॅसेट होती तुझी आणि त्यांची. त्यांनी ती मला दिली. ती ऐकली तेव्हा कळले की, जी आमच्यासोबत राहतेय ती दुसरीच कुणीतरी आहे आणि ह्या कॅसेट्समधे गाणारी, हसणारी, खोड्या करणारी दुसरीच कुणीतरी. स्वतःला तिने जबाबदारी खाली इतकं दाबून ठेवलंय की, ती स्वतःची ओळख विसरली आहे, स्वतःचं अस्तित्व गमावून बसली आहे.

निरंजन तुझ्यासाठी परफेक्ट आहेत, आई. नको, कैद करून घेऊ स्वतःला. मोकळा श्वास घे. कुणाची तरी पत्नी, आई म्हणून खूप जगलीस. आता तू 'तू' म्हणून जग, स्वतःसाठी जग, निरंजनसाठी, तुझ्या प्रेमासाठी जग. त्यांचा तरी विचार कर. ते तुझ्यासाठी अविवाहित राहिले, इतकं जिवापाड प्रेम करतात ते तुझ्यावर. एकदा त्यांना गमावून बसली आहेस. परत तेच करू नकोस. प्लीज आई."

"तुझ्या आयुष्याचा फर्स्ट हाफ कसाही गेला असो, पण सेकंड इनिंग ही तुला हवी तशी, व्हायला पाहिजे." राज म्हणाला.

माझ्या डोळ्यांतून अश्रू वाहू लागले. मी त्या दोघांनाही जवळ घेतले.

किती समजूतदार झाली होती माझी मुले! त्यांच्या आईचा भूतकाळ कळल्यावर त्यांनी मला जज केलं नाही; उलट एक व्यक्ती म्हणून,

माणूस म्हणून माझा विचार केला, माझं सुख शोधलं.

राज म्हणाला, “आई, आता वेळ घालवू नकोस. जा सांग त्यांना. लवकर..”

मी धावत निरंजनच्या मेकअप रूमकडे गेले. स्टेजवर जाण्याची वेळ होत आली होती. त्याआधी निरंजनला मला सांगायचे होते, पण निरंजन स्टेजवर पोहोचला ही होता. स्टेजवर टाळ्यांचा कडकडाट झाला.

खूप जास्त प्रमाणात प्रेक्षक आलेले होते. मी बॅक स्टेजला जाऊन पोहोचले. इतके सगळे लोकं फक्त माझ्या निरंजनला बघायला नि ऐकायला जमले होते. तो खूप भव्य स्टेज होता.

निरंजनने सुरुवातीलाच दुःख दर्शवणारा राग बिहाग छेडला. त्याच्या आवाजात गांभीर्य आणि वेदना जाणवत होत्या. शोच्या आधी मी त्याला भेटले नाही, कदाचित त्यामूळे त्याच्या सर्व आशा मावळल्या होत्या. माझ्यापासून आज दूर जाण्याच्या त्या वेदना होत्या.

त्याच्या सुरांनी तिथल्या वातावरणाला एक वेगळंच पावित्र्य आलं होतं, जणू ते एखादं मंदिर होतं आणि देवाची जशी बहुरंगी फुलांनी पूजा करतो, तसा निरंजन वेगवेगळ्या सुरांनी सरस्वतीची पूजा करत होता. सगळे प्रेक्षक मंत्रमुग्ध होऊन ऐकत होते. नंतर त्याने गाणे गाण्यास सुरुवात केली,

“कुछ तो लोग कहेंगे..लोगों का काम है कहना..” जणू काही ते गाणं तो माझ्याचसाठी गात होता. एका क्षणी त्याचा उदास चेहरा बघून मला असं वाटलं की धावत स्टेजवर जाऊन त्याला मिठीत घ्यावं नि म्हणावं, “मी आता फक्त तुझी आहे निरंजन. फक्त तुझी..” आणि मग त्याचा हसरा चेहरा बघावा पण ते शक्य नव्हते. त्यानंतर लगेच माझे त्याच्यासंगे परफॉर्मन्स होते त्यामुळे निरंजन बॅक स्टेज येणारच नव्हता.

मी स्टेजवर निरंजनच्या बाजूला जाऊन उभे राहिले. तेव्हा त्याने माझ्याकडे एक नजर टाकली. माझ्या हातातले मोरपीस त्याच्या नजरेतून सुटले नाही. त्याकडे पाहून तो उदास हसला. म्युझिक सुरू झाले नि त्याने आलाप घेतला,

“धा न धा ततधा ततधा

धी तिटकिट धा..धी तिटकिट धा.."

मी त्याच्याकडे बघण्याचा मोह आवरत होते. तो इतकं छान गात होता की असं वाटलं माझीच नजर त्याला लागेल. त्याला गातांना बघून मला भुरळ पडेल आणि मी माझं परफॉर्मन्स विसरेल ही सुद्धा भिती वाटली.

असं वाटलं की खरंच हे सगळं सत्य आहे ना, की मी कुठलं स्वप्नं बघतेय. मी निरंजनसोबत गातेय ते ही इतक्या मोठ्या प्लॅटफॉर्मवर, स्वतःला चिमटा काढावासा वाटत होतं.

मी गायले, "मेरे ढोलना सून..मेरे प्यार की धून.." निरंजन माझ्याकडे बघतच राहिला. मी पूर्ण मनापासून माझ्या निरंजनबद्दलच्या भावना ओतून गात होते.

मी निरंजनकडे एक नजर टाकली. त्याचे डोळे पाणावले होते कदाचित त्याच्यापर्यंत माझ्या भावना पोहोचल्या होत्या.

आमच्यासमोर एक मुलगा आणि मुलगी भरतनाट्यम करत होते. त्यांच्यात मला, मी आणि निरंजन दिसत होतो. दोन शरीर असले तरी एक हृदय असलेले. पूर्ण आयुष्य एकमेकांपासून दूर राहूनही, हृदयात मात्र कायम असलेले.

निरंजन पुढे गायला,

"सासोंमें सासोंमें तेरी सरगमें है..अब रात दिन..

जिंदगी मेरी तो कुछ ना अब तेरे बिन.." ह्या ओळीत इतके दर्द होते की माझे डोळे भरून आले.

खरंच, निरंजन इतकी वर्षे, माझ्याविना जगलाच नाही, स्वतःचा संसारही त्याने थाटला नाही. आम्ही दोघेही गात राहिलो भरलेल्या डोळ्यांनी, प्रेमाने भरलेल्या हृदयाने आणि शेवटी जो टाळ्यांचा कडकडाट झाला तो कितीतरी वेळ थांबलाच नाही.

निरंजन गाणं संपताच त्याच्या रूममध्ये निघून गेला. मी ही त्याच्या मागोमाग गेले.

"खूप छान गायलीस वीणा. शेवटची भेटायला आली आहेस? आता पूर्ण कार्यक्रम बघूनच जा.."

"एवढ्या एका कार्यक्रमाने काय होणार? मला तर तुला आयुष्यभर ऐकायचं आहे.."

"ते तर तू ऐकतेच आहेस. माझ्या प्रत्येक शो आणि सिनेमामधे."

"तू पुन्हा एकदा मला गाणं शिकवलं आहेस. मग काय गुरुदक्षिणा हवी आहे, गुरुजी?" मी खट्याळ हसत म्हणाले.

निरंजनने माझ्याकडे आश्चर्याने बघितले. त्याला कॉलेजमधले आमचे असेच एक संभाषण आठवले असावे.

"जाऊ दे वीणा. जे मला हवंय ते नियती तेव्हाही देऊ शकली नाही. आता ही ते शक्य नाही." निरंजन गंभीरपणे म्हणाला.

"यू नेव्हर नो. एकदा मागून तर बघ.."

"तसंच असेल तर माझी गुरुदक्षिणा आजही तिचं आहे, 'मला तू हवी आहेस' नेहमीसाठी; शेवटच्या श्वासापर्यंत. सकाळच्या पहिल्या किरणापासून तर रात्रीच्या चांदण्यापर्यंत. पावसाळ्याच्या मृदगंधापासून तर उन्हाळ्यातल्या मोगऱ्याच्या बहरापर्यंत. माझ्या हाती तुझा हात हवाय, माझ्या नजरेत तुझी नजर हवी आहे. माझ्या गालांवर तुझ्या गालांची लाली हवी आहे, माझ्या शर्टला तुझा सुवास हवाय. माझ्या श्वासांत तुझा श्वास हवाय. तुझ्या खोड्या माझ्या ओठांवर हव्या आहेत. तुझे दुःख माझ्या अश्रूत हवंय. माझ्या हृदयात तुझे ठोके हवे आहेत. माझ्या प्रत्येक गीतात तुझ्याबद्दलच्या भावनांचे सूर हवे आहेत. मला हे सगळं हवं आहे. मला फक्त 'तू' आणि 'तुचं' हवी आहेस."

माझ्या डोळ्यांतून आनंदाश्रू वाहू लागले. मी निरंजन जवळ गेले आणि त्याला मिठीत घेऊन म्हणाले, "जशी तुझी इच्छा."

"म्हणजे?"

"मी आज इथे कुणाची पत्नी, आई वगैरे कुणी बनून आलेली नाही. मी फक्त तुझीच व्हायला आली आहे, निरंजन."

निरंजन ह्यावर गोड हसला नि त्याने मला घट्ट पकडून घेतले.

"अरे बापरे! आता तर तुला मिठीतही सामावून घेता येत नाही. घेर वाढलाय ना?" तो हसला.

"मलाही माझा निर्णय बदलूनच घ्यावा लागेल असं वाटतंय. तुझ्या दाढीचे पांढरे काटे आता रुतायला लागले आहेत." आणि आम्ही दोघेही हसू लागलो. तेवढ्यात निरंजनची परत स्टेजवर जाण्याची वेळ झाली.

तो म्हणाला, "तुला मी नंतर बघतो. चल, दुसऱ्या गाण्याची वेळ झाली.."

तो रूममधून निघणारच तेवढ्यात मी त्याला जाऊन बिलगले नि म्हटले, "बेस्ट विशेश नाही घेणार.."

त्याला काही कळण्याआधी, मी माझ्या हातातले मोरपीस त्याच्या गालावर ठेवून त्यावर ओठ टेकवले. निरंजन गोड हसला.

8
पिंजरा

शनिवारचा दिवस होता.

सुटी असल्यामुळे, बायकोने नेहमीप्रमाणे घरात निवांत पडून राहू न देता, मला बिग बाझारमधे सामान आणायला पाठवलं. सगळं सामान ट्रॉलीत टाकून बिलिंग काउंटरच्या लाईनमधे जाऊन उभा राहिलो. रांगेत मरणाची गर्दी होती.

कसं आहे ना, लग्नानंतर रोमॅन्स संपला तर चालेल, आयुष्यातील शांती संपली तरीही चालेल, पण घरातलं रेशन नाही संपलं पाहिजे. म्हणून लग्नानंतर आपोआपच बिग बाजारच्या वाऱ्या सुरु होतात.

जाऊ द्या. आता तक्रार करून काय उपयोग? आधी आपण लग्न झालं पाहिजे म्हणून झुरतो आणि लग्नानंतर, लग्न का केलं म्हणून झुरतो. पण तो दिवस एकदम खास होता. त्या दिवशी असं काही घडलं की, त्यामुळे मी बिग बाजारच्या सुद्धा प्रेमात पडलो.

त्या कंटाळवाण्या लाईनची संपण्याची वाट बघत असताना, अचानक ती दिसली. माझ्या लाईनच्या बाजूच्या लाईनमधे. तिचं बिल करणं सुरु होतं.

अंगात भरली होती बऱ्यापैकी, पोक्त दिसत होती, पण आधीपेक्षाही आकर्षक. कॉलेज संपल्यावर जवळपास आठ वर्षांनी बघत होतो मी तिला. तेव्हापासून ह्या बयेचा काही पत्ता नव्हता. तिचे टपोरे बोलके डोळे आणि 'माधुरी दीक्षित'सारखी स्माईल बघून मी तिला लगेच ओळखलं.

मनातल्या मनात देवाचे आभारही मानले की, बरी बुद्धी दिलीस आमच्या बेटर-हाफला आज इथे सोबत न येण्याची. बेटर-हाफ कसली ती? तिने तर अतिक्रमणच केलं होतं अख्या माझ्यावर. थोडं थोडं कुंपण पुढे सरकवत सरकवत; माझा पूर्णच ताबा घेतला होता तिने.

तुम्ही म्हणाल, असं प्रत्येकच पुरुषाला वाटत आपल्या बायकोबद्दल. असेलही. पण माझी बायको मनाने तशी चांगली आहे. म्हणूनच मी स्वतःहून तिच्यासमोर सरेंडर झालो, असं म्हटलं तरीही काही हरकत नाही.

तरीही नेमकी 'ही' आज दिसावी आणि 'ती' आज नसावी; ह्याचा मला खूप हर्ष झाला होता. तुम्ही म्हणा मला 'मेन विल बी मेन' हवं तर, बट आय डोन्ट केअर. सध्या फक्त मला तिच्याशी एकदा बोलायची ओढ होती.

आधी बघितलं की, आजूबाजूला कुणी आहे का तिच्या? लग्न झालेलंच असेल बहुदा, पण नवरा मटेरियल कुणी दिसत नव्हता सोबत.

तिचं बिल पेमेंट झालं आणि ती बाहेर जायला लागली. मी आपल्या विचारांच्या विश्वातून स्वतःला खेचलं आणि मागे फिरायला गेलो, तर मागे ही भली मोठ्ठी रांग.

इकडे आड तिकडे विहीर अशी माझी गत. मागची बाई काही करून हटायला तयार नव्हती. जणू काही खिंड रोखून धरली होती तिने.

शेवटी मी ती ट्रॉली बाजूला ढकलली आणि कसाबसा कोपर्याकापऱ्यातुन निघालो. एवढी मेहनतीने भरलेली ट्रॉली, एखादा जिगरी मित्र भेटला असता, तरीही मी सोडली नसती, पण हिच्यासाठी अश्या हजारो ट्रॉल्या कुर्बान.

तोपर्यंत तिचं बिल झालं होतं. जसा त्या खिंडीतून बाहेर पडलो तसाच धावायला लागलो, एखाद्या कॉलेजमधल्या छपरी पोरासारखा तिच्या मागे. मोठ्याने आवाज द्यायला लागलो पाठीमागून "मीरा, मीरा."

तिने मागे वळून बघितलं आणि शॉक लागल्यासारखी माझ्याकडे बघू लागली. तिने ओळखलं नसेल बहुतेक मला आणि मी होतो ही कुठे लक्षात राहण्यासारखा.

तिचं नाव ऐकून ती थबकली आणि तिने मागे वळून बघितलं. मी तिच्यासमोर जाऊन उभा राहिलो. आधी सुटलेलं पोट तिला दिसू नये म्हणून श्वास रोखून धरला, पण श्वास रोखणं आणि बोलणं ह्या दोन्ही क्रिया एकाचवेळी शक्य नव्हत्या. त्यामुळे पोट बाहेर सोडून मी तोंड उघडण्याचा पर्याय निवडला.

तिने माझ्याकडे निरखून बघितलं आणि ती जवळपास ओरडलीच,

“अरेच्या! स्कॉलर तू.”

मला ऐकून हायसं वाटलं. चला कमीत कमी आपण हिच्या लक्षात तरी राहिलो.

हो, मीच होतो स्कॉलर, पुस्तकी किडा. मी अजिबात इंटरेस्टिंग कॅरॅक्टर नव्हतो. म्हणजे कॉलेजमधे जे मुलं गातात, नाचतात किंवा थोडे डॅशिंग टाईपचे असतात; तेच मुलींमध्ये जास्त पॉप्युलर असतात, त्यातला मी अजिबात नव्हतो. तरीही तिच्या लक्षात राहिलो.

मी म्हणालो “हो. स्कॉलरच.”

कशी आहेस मीरा? कुठे होतीस इतक्या दिवस? हे शब्द तोंडातच विरून गेले. कॉन्फिडन्स गायब झाला आणि मी माठासारखा तिच्याकडे बघत स्तब्ध उभा होतो.

शेवटी तिनेच माझी समाधी भंग करत “कॉफी घेतोस का?” असं विचारलं.

मी मानेनेच होकार दिला.

तिच्यामागे आवाज देत, धावत जाताना जो ‘शाहरुख खान’ माझ्यात संचारला होता त्याचा ‘अमोल पालेकर’ कसा झाला हे देवच जाणे.

पहिल्यांदा मी बायकोला सोडून दुसऱ्या कुठल्यातरी बाईसोबत असा कॅफेमधे एकटाच होतो. ते ही मीरासोबत. कॅफेत शिरल्यावर आजूबाजूला बसलेल्या लोकांची नजर आपसूकच मीरावर खिळली.

काय करणार बिचारे? मीरा होतीच तशी. मीरासारखी सुंदर मुलगी माझ्यासोबत आहे म्हटल्यावर, माझी छाती गर्वाने फुगली होती.

आम्ही एका कॉर्नरला जाऊन बसलो. काय बोलायचं? ह्याचं कॅलक्युलेशन डोक्यात चालूच होतं तेवढ्यात तिने परत तिची कातिल स्माईल देत विचारलं “काय घेणार?”

आणि मी परत घायाळ झालो.

“इतक्या प्रेमाने विचारशील तर, मी विष ही प्राशन करेन.” असे शब्द जिभेवर आलेच होते, पण मी स्वतःला आवर घालून ते परत गिळले आणि उत्तरलो,

“काहीही चालेल. तू जे घेणार आहेस तेच मागव.”

परत तीच कातिल स्माईल.

तिनेच बोलायला सुरुवात केली, “काय मग? लग्नबिग्न झालंय, की”.

मी तिच्याकडे न बघताच म्हणालो, “झालं की. एक मुलगा पण आहे.”

ती म्हणाली, “अरे व्वा! मस्तच.”

आता माझा टर्न होता,“तुझंही झालंच असणार?”

उत्तर आलं, “म्हणशील तर हो, म्हणशील तर नाही.”

आता ही काय मिस्टरी? असा विचार आलाच होता डोक्यात, तोच तिने लगेच विषय बदलवला. अमकीच काय चाललंय? तमुक कुठे असतो सध्या? कॉलेजच्या गमती-जमती, कोण कुणावर लाईन मारत होतं, अजून बरच बरं. ह्यात मला काडीचाही इंटरेस्ट नव्हता. इंटरेस्ट होता हिच्यात, हिचं काय चाललंय?

मीच शेवटी म्हणालो, “तू कुठे होतीस इतके दिवस? कुणाच्याच कॉन्टॅक्टमधे नाही? फेसबुकवर नाही, मोबाईल नंबर कुणालाच माहिती नाही.”

तिने कॉफीचा एक घोट घेतला आणि म्हणाली, “मी स्वप्न जगत होते.”

परत एक अजून मिस्टरी.

पुन्हा विषय बदलवत ती म्हणाली, “तुला आठवत का रे? मी तुझ्याच नोट्स वाचून कशीबशी पास व्हायचे. वर्षभर नुसता टाईमपास केल्यावर, शेवटी तूच एक आठवायचास.”

मी नुसताच हसलो. मी कसा विसरणार होतो तिची कुठलीही गोष्ट?

आजही भूतकाळातली ‘ती’ मी स्पष्ट डोळ्यांसमोर बघू शकतो.

त्या काळात तालुक्याच्या ठिकाणी जीन्स पँट घालणारी, बाईक चालवणारी ती एकच पोरगी होती. बिनधास्त, डेअरिंगबाज होती एकदम.

कशाचीही पर्वा न करणारी, आपल्या मनात येईल तसं वागणारी; एखाद्या स्वच्छंदी पक्षासारखी.

कधी कधी पेपरच्या एक दिवस आधी मला विचारायची, उद्या कसला पेपर आहे ते. ह्याउलट मी परीक्षेचं टाईमटेबल आलं रे आलं की, दहा दहा वेळा त्याच्याकडे बघून ते तोंडपाठ केल्याशिवाय मला चैन पडत नव्हतं.

त्यामुळेच कदाचित ती मला आवडली असावी. तिच्यासारखं निर्धास्त मला कधी जगताच आलं नाही. दिसायला सुंदर होतीच, अजूनही आहे, पण तिच्या फाडू व्यक्तिमत्वामुळे मी तिच्याकडे जास्त आकर्षित झालो.

एके दिवशी, अचानक कॅन्टीनमधे मला येऊन म्हणाली, “काय स्कॉलर? झाली का परीक्षेची तयारी सुरु? नोट्स दे ना प्लीज, झेरॉक्स काढायला.”

मी खोटंच बोललो, “आज नाही आणल्यात. उद्या देतो नक्की.”

मी हुशार खूप होतो, पण माझं हॅन्डरायटिंग फार वाईट होतं. मला माझं हॅन्डरायटिंग दाखवून इंप्रेशन डाऊन करायचं नव्हतं.

होस्टेलवर जाऊन एक सुवाच्च अक्षर काढणारा प्राणी पकडला आणि त्याला ओल्या पार्टीचं प्रॉमिस करून सगळ्या नोट्स परत लिहायला लावल्या.

जणू काही, चांगलं हॅन्डरायटिंग बघून, मला ती लग्नालाच होकार देणार होती. बचपना होता तो!

फायनल इयरपर्यंत हे असंच चाललं. पण मी शेवटी अमोल पालेकरच. तिच्या फ्रेंडझोनमधून काही बाहेर पडू शकलो नाही.

“हॅलो, कुठे हरवलात मिस्टर?” तिने माझ्यासमोर चुटकी वाजवली आणि मी परत प्रेझेंट टेन्समधे आलो.

मी पुन्हा तोच प्रश्न केला, “तुझं लग्न झालं की नाही?”

तीने थोड्या वेळाचा पॉझ घेतला नि मग दीर्घ श्वास घेत म्हणाली, "जर मंगळसूत्र घालून आणि कुंकू लावूनच केलेलं लग्न असतं, अशी तुझी लग्नाची व्याख्या असेल तर नाही झालं माझं लग्न. मी त्याला आपलं सर्वस्व मानते म्हणजे सबकुछ, एव्हरीथिंग.

त्याला लग्न करायचं नव्हतं आणि मला ही गरज वाटली नाही, आमच्या नात्याला कुठलं लेबल लावायची.

कॉलेज संपल्यावर ३ वर्षांनी, मी एकटीच ऑस्ट्रेलियाला फिरायला गेले होते. तो तिथेच भेटला.

गोष्टींचा जादूगार होता तो, बोलायला लागला की असं वाटायचं ऐकतच बसावं, जग विसरायला व्हायचं, दुसरं काहीच सुचत नव्हतं एक त्याच्याशिवाय. असं म्हटलं तरी चालेल की तोच माझं जग होता आणि आताही आहे.

परिकथेतील राजकुमार वगैरे अजिबात नव्हता तो. माझ्यावर कधी काही त्याने कुठली कविता केली नाही; की कधी कुठले फूल किंवा कार्ड गिफ्ट केले नाही.

उलट टिंगल करायचा. रडवायचा, रुसवायचा मुद्‌दामच आणि शेवटी हसवायचा पण.

आमचे एक वेगळेच विश्व तयार झाले होते जिथे फक्त आम्ही दोघंच होतो इतर कुणीही नाही.

मी होते स्वैर उडणाऱ्या पक्ष्यासारखी आणि तो होता वाऱ्यासारखा, कधीही एका ठिकाणी न थांबू शकणारा. मी त्या वाऱ्याच्या प्रवाहासोबत वहावत होते. तो जिथे नेईल त्या दिशेने वळत होते.

आम्ही खूप फिरायचो, गप्पा मारायचो, पार्ट्या करायचो. एकमेकांची कंपनी एन्जॉय करायचो. नंतर एकत्र राहायला पण लागलो.

तो आधीपासूनच माझ्याशी प्रामाणिक होता, "माझ्यात जास्त गुंतू नकोस. मी एका ठिकाणी राहू शकणारा नाही. तुला जे हवंय ते मी तुला कधीच देऊ शकणार नाही." असं नेहमी सांगायचा.

पण मलाच नव्हता विचार करायचा उद्‌याचा. मला दुनियेची आणि परिणामांची पर्वा नव्हती.

त्यावेळी फक्त तो हवा होता मला. त्याला बांधूनही ठेवायचं नव्हतं, मला तो जसा होता तसाच आवडायचा. त्याच्या प्रेमात मी इतकी गुंतत गेले की त्याचा पिंजरा स्वतःभोवती करून, त्यात कधी अडकले मला कळलेच नाही आणि आता तो पिंजराच आता माझं घर आहे."

मी ऐकत होतो. ती वेगळ्याच जगात हरवल्यासारखी बोलत होती. ती मीरा नव्हतीच, दुसरीच कुणीतरी वाटली.

मी न राहवून विचारलं, "मग आता तो कुठे आहे सध्या?"

"माहिती नाही कुठे आहे, पण तो मुक्त आहे. माझं प्रेमही त्याला रोखू शकलं नाही.

एके रात्री, माझ्या आवडीची वाईन घेऊन आला. म्हणाला आज खूप प्यायची आणि खूप गप्पा मारायच्या.

बोलता बोलता कधी झोप लागली कळलंच नाही. सकाळी उठून सगळीकडे बघितलं, तर तो कुठेच नव्हता. जाताना त्याचं सगळं सामान, फोटोज, सगळं घेऊन गेला. एकही आठवण ठेवली नाही मागे.

त्याला वाटलं असावं, तो निघून गेल्यावर, त्याच्या वस्तू कवटाळून मी रडत बसेन. वेडाच आहे तो! वस्तू घेऊन गेला पण मनातल्या आठवणींचं काय? त्या माझ्याकडेच सोडून गेला.

शेवटी फ्रिजवर त्याचं पत्र दिसलं. मी तेव्हापासून ते पत्र इतक्यांदा वाचलंय की आता तो मजकूर माझ्या मनावर कोरला गेलाय."

"काय लिहिलं होत त्या पत्रात?"

"डिअर मीरा,

काल खूप मजा आली.

मी जात आहे मीरा. परत येईन की नाही, मला माहिती नाही. म्हणून तू ही माझ्यासाठी थांबू नकोस, वाट बघू नकोस. मी एका ठिकाणी टिकणाऱ्यांपैकी नाही, हे तुला ठाऊकच आहे. मी तुला कंटाळलो, म्हणून गेलो असं समजू नकोस.

तू मला बऱ्याच चांगल्या आठवणी दिल्या आहेस आणि त्या आठवणींवर मी जगू शकतो आयुष्यभर. मी फॉल्टी पीस आहे यार ॲंड यू नो दॅट.

मी पळून गेलोय असेही समजू नकोस. मी तुला समोरासमोर सांगून जाऊ शकलो असतो, पण जाताना तुला रडताना मला बघायचं नव्हतं. मला जी मीरा आवडते, ती बघायची होती एकदा शेवटची. तशी नेहमीच भारी दिसतेस पण चढल्यावर जरा जास्तच.

तुझं लहान मुलासारखं गुदूगुदू हसणं, मला गुदगुल्या करून हसवणं, माझे गालगुच्चे आणि मुके घेणं, ते सगळं एकदा अनुभवायचं होतं शेवटचं.

तू जरीही बोलत नसलीस, मीरा; तरीही मला माहिती आहे की तुला काय पाहिजे? तू आता माझ्यात जास्तच गुंतत चालली आहेस. तुला माझी साथ आयुष्यभरासाठी हवीहवीशी वाटायला लागलीय. पण मी हे सर्व तुला नाही देऊ शकत.

तू माझ्या प्रेमाच्या पिंजऱ्यात अडकली आहेस. आता मीच त्या पिंजऱ्याचे दार तुला उघडून देतोय. तू मुक्त आहेस, तू भरारी घे, खुश राहा.

तुझ्या आयुष्यातील एक चांगला अध्याय होतो असं म्हणून माझा दी एन्ड कर."

तिच्या डोळ्यांतले अश्रू पुसायला मी तिला माझा रुमाल दिला.

मी न राहवून थोड्यावेळाने विचारलं, "राग नाही येत का तुला त्याचा?"

ती स्वतःला सावरून म्हणाली, "त्याची आठवण आली की रडायला येतं. अश्रू सुकायला लागले की खूप राग यायला लागतो त्याचा मला, पण मग जुन्या आठवणी डोळ्यांसमोर येतात आणि राग शांत होतो.

शेवटी एक वेगळीच आशा निर्माण होते त्याच्या परतण्याची."

मी मनात विचार करू लागलो. हिच्यावर अख्खं कॉलेज फिदा होतं. आताही फिदा होणाऱ्यांची काही कमी नसेल आणि अशा मुलीला सोडून जाणारा तो कोण होता तो 'समीर- हवा का झोका' तो ध्यानच म्हणावा लागेल.

ही बया, हिने ज्याच्याकडे बोट दाखवलं तो मिळू शकतो, तरीही ही त्या ध्यानाच्या मागे लागली ही तर 'डबल ध्यान'.

आणि ह्या सगळ्याशी माझा काहीही संबंध नसताना; एक 'ध्यान' आपल्या घरी, बिग बाजारच्या कांदे आणि बटाट्याची वाट, माझ्यापेक्षाही आतुरतेने बघत असेल आणि उशीर झाला म्हणून शिव्या मारत असेल; हे माहिती असतानाही इथे बसणारा मी 'महाध्यान'.

माझ्या ध्यानपणातून बाहेर येऊन मी तिला म्हणालो, "यू शुड मूव्ह ऑन, मीरा. तुला तर काय, कुणीही मिळेल, विसर त्याला."

ती उदास हसली आणि म्हणाली, "मी त्या आठवणींच्या पिंजऱ्याचच आता घर केलंय आणि दार उघडंच आहे पिंजऱ्याच्या मालकासाठी."

९

एका बाबाची लव्ह स्टोरी

"ती तर काय. कधी बसलीच नाही म्हणे."

"बसली नाही म्हणजे?"

"अगं, म्हणजे राधाला पाळी कधीच आली नाही?"

"मग बरोबर आहे. कसं होणार तिचं लग्नं?"

"तेच तर, ती आई होऊच शकत नाही कधीच."

"शू..शू..ती आली बघ. गप्प बस."

राधा येताच तिच्या शेजारिणी गप्प बसल्या.

राधा म्हणाली, "अहो, गप्प का बसल्या तुम्ही? बोला की. माझ्याबद्दलच बोलत होतात ना! मी तुमची एवढी आवडती आहे की, माझाच विचार तुम्ही करत राहता, हे ऐकून मला आनंदच होईल. बोला ना."

"मला काम आहे."

"मी ही दूध ठेवलंय तापवायला."

असं म्हणून त्या दोघींनी तिथून पळ काढला.

राधाही तिच्या स्कुटीवर बसून शाळेत निघून गेली.

राधा एक सरळमार्गी मुलगी. कुणाच्या घेण्यादेण्यात नसणारी. स्पष्टवक्ती, चांगल्यास चांगली आणि वाईटास वाईट असलेली. मागून

कुणाबद्दल तक्रार करण्यापेक्षा, एकतर त्यांना स्पष्टपणे मनातलं सांगणारी किंवा विचार जुळत नसतील तर त्या व्यक्तीपासून अंतर ठेवणारी.

तिला लहान मुलं खूप आवडायची, कारण तिच्या मते लहान मुलं मनाने खूप निरागस असतात. जे आत तेच बाहेर अशी असतात लहान मुलं. त्यांना कसलेच हेवेदावे नसतात. कट्टी आणि दो वर त्यांची भांडणं सुटतात. म्हणूनच तिने एका शाळेत शिक्षिका म्हणून जॉब मिळवला.

देवाने तिला सगळं दिलं होतं. रूप, गुण, बुध्दी पण एकच कमी ठेवली; जी स्त्रीजातीसाठी खूप महत्वाची मानली जाते. तिच्यातले सगळे गूण, ही एक गोष्ट नसल्याने लोकांच्या नजरेत फिके पडायचे.

ती गोष्ट म्हणजे 'गर्भाशय'. गर्भाशय आणि पाळी ह्याविना आपण स्त्रीची कल्पनाच करू शकत नाही. जिला बाळ होऊ शकत नाही ती स्त्रीच नाही असं मानणाऱ्या समाजातही ती खंबीरपणे वावरत होती.

त्या शेजारीणींच्या बोलण्यामुळे राधा आज थोडी नाराज होती. शाळेत तिचं शरीर उपस्थित होतं, पण मन मात्र भरकटत होतं, दुसरीकडेच कुठेतरी. लंच ब्रेकमधे ती स्टाफ रूममधे बसलेली असताना अचानक मोठ्याने आवाज आला, "कुठे आहेत तुमच्या राधा मॅडम? काय समजतात त्या स्वतःला?"

हे ऐकून राधा बाहेर पडली. समोर एक उंच, मजबूत बांधा असलेला, लांब चेहरा, व्यवस्थित ट्रिम केलेली दाढी आणि तेजस्वी डोळे असा कुणावरही छाप पाडेल अश्या व्यक्तिमत्वाचा पुरूष उभा होता. तो चपराशी काकासोबत वाद घालत होता.

तेवढ्यात राधा तिथे पोहोचली नि त्याला थांबवत म्हणाली,"काय प्रॉब्लेम आहे? मी आहे राधा."

"मी अभिजीत भोसले, सान्वी भोसले हिचे बाबा."

"चला. आत जाऊन बोलू." राधा अभिजीतला शांततेने म्हणाली.

"हे बघा. मी भोसले इंडस्ट्रीजचा मालक आहे. माझ्याकडे ह्या फालतू गोष्टींसाठी इतका वेळ नाही. का बोलावलंय तुम्ही मला इकडे? तुम्हाला काय हवं नको ते माझ्या ड्राइवरला सांगत जा."

"बरं. मग तुमच्या ड्राइवरचे आडनाव काय हो?"

“काळे. ते कशाला हवं तुम्हाला आता?”

“काही नाही. आमच्या रेकॉर्ड्समधे सान्वीचं आडनाव भोसलेऐवजी काळे टाकते.”

“मॅडम, काय समजता तुम्ही स्वतःला?” तो रागाने तिच्यावर ओरडला.

“मी स्वतःला फक्त एक शिक्षिका समजते. मी कुठल्या मोठ्या कंपनीची सर्वेसर्वा नाही, पण लहान मुलांच्या भविष्याची सर्वेसर्वा नक्कीच आहे. लहान मुलांना उद्याचे चांगले नागरिक म्हणून घडवणारी एक सामान्य शिक्षिका.

पण काय आहे ना, मी त्या मुलांसोबत चोवीस तास राहू शकत नाही. काही संस्कार त्यांना घरातूनही मिळत असतात म्हणून मला त्यांच्या पालकांशी बोलावं लागतं.

पण तुमच्याऐवजी तुमचा ड्राइवरचं सगळ्या पॅरेंट्स-टीचर मिटींग्स अटेंड करतो. म्हणून वारंवार तुमच्या ऑफीसमधे फोन लावले. पण, छे! तुम्हाला भेटून आता कळतंय की, पालथ्या घड्यावर पाणी टाकून काहीच उपयोग नाही.

तुम्ही एक वडील म्हणून फेल झाला आहात. तुम्ही आता इथून जाऊ शकता. एक विनंती करते, पुढच्या वेळी ह्या शाळेत, एक पालक म्हणून, एक बाप म्हणून पाऊल टाका. निघा आता.” असं म्हणून राधा वैतागून क्लासरूममधे निघून गेली.

अभिजीतही तावातावाने त्याच्या बीएमडब्ल्यूमधे जाऊन बसला आणि ड्राइवरने गाडी सुरू केली. रस्त्याभर त्याच्या डोक्यातून राधा जात नव्हती.

ज्या शाळेचे प्रिन्सिपल, मॅनेजमेन्ट कमिटीतले सदस्यसुध्दा माझ्या नजरेला नजर देऊन बोलत नाहीत; त्या शाळेतली एक सामान्य शिक्षिका मला आज काय काय बोलली?

इतका आत्मविश्वास, इतकं धाडस, इतका स्पष्टवक्तेपणा. आजपर्यंत इतक्या धाडसाने माझ्याशी बोलण्याची हिम्मत कुणीच केली नाही.

खरंच मी एक पालक म्हणून माझ्या जबाबदाऱ्या पार पाडत नाही आहे का? मी एक बाप म्हणून फेल झालोय का? सान्वीसाठीच तर करतोय मी हे सगळं. तिला जे लागतं ते तिच्या हातात लगेच हजर असतं. मग ते कितीही महाग का असेना! कपडे, खेळणी, चॉकलेट्स, विडिओ गेम्स, टॅब सगळंच तर देत गेलो तिला. घरी नोकरचाकरही तिच्या खातिरदारीत हजर असतात.

मग ही बाई अशी का बोलली मला? दिवसभर त्याच्या डोक्यातून ती जातच नव्हती. ऑफीसमधून निघण्याची वेळ झाली तेव्हा त्याची सेक्रेटरी त्याला दुसऱ्या दिवशीचं टाइमटेबल सांगायला आली.

त्यावर तो तिला म्हणाला, "असं कर, उद्याच्या दोन ते चार दरम्यानच्या अपॉइंटमेंट्स कॅन्सल कर. मला महत्वाचं काम आहे."

"पण सर, ते आपले खूप महत्वाचे क्लायेंटस आहेत."

"मी म्हणतोय ना. तसंच कर." त्याने एक कटाक्ष त्याच्या सेक्रेटरीकडे टाकला.

तिनेही घाबरत "ओके सर." म्हणत फाईल्स उचलल्या.

अभिजीत घरी पोहोचल्यावर सरळ सान्वीच्या रूममधे गेला. सान्वी तिच्या बेडवर आजूबाजूला ठेवलेल्या मोठमोठ्या सॉफ्ट टॉईजच्या मध्ये झोपलेली होती.

एखाद्या राजकन्येसारखी होती सान्वीची बेडरूम. गोल आकाराचा मोठ्ठा बेबी पिंक कलरचा बेड, त्यावर नाजूक, नेटचे पांढरे पडदे, एका भिंतीवर तिचे मोठमोठे वेगवेगळ्या हावभावांतले फोटो, तर दुसऱ्या कोपऱ्यात टीव्ही आणि इतर महागडे गॅजेट्स. दुसरीकडे तिचा स्टडी टेबल, त्याच्या बाजूला इतर खेळणी.

अगदी सुखात लोळत होती ही गोड परी सान्वी; तरिही तिच्या चेहऱ्यावर एक वेगळीच उदासी होती, का कुणास ठाऊक?

अभिजीतने तिच्या कपाळावरुन मायेचा हात फिरवला. तिच्या गालांची पापी घेतली आणि तो तिच्या बेडरूममधून बाहेर पडला.

सान्वी, आईविना वाढलेली पोर. ती जन्माला आल्यावर तीन वर्षांनी तिची आई 'अबोली' कॅन्सरमुळे वारली. जगातलं प्रत्येक सुख तिच्या पायाशी आणलं की, तिला आईची कमतरता जाणवणार नाही, असा

विचार करून अभिजीत कामात गुंतला होता.

अभिजीत जेव्हा झोपायला गेला तेव्हा राधाचे शब्द त्याच्या डोक्यात घोळत होते, “बाप म्हणून तुम्ही फेल झाला आहात.”

दुसऱ्या दिवशी तो शांतपणे स्टाफ रूममधे बसून राधाची वाट बघत होता. ती येताच,

“मॅडम, मी अभिजीत भोसले, सान्वी भोसले हिचे बाबा..”

राधा हसली. तिला थोडं आश्चर्यही वाटलं, कारण कालच्या भेटीनंतर तिला हा माणूस परत येईन असं वाटलं नव्हतं.

“मॅडम, तुम्ही कशासाठी बोलावलं होतं मला इथे?”

“सान्वीबद्दल बोलण्यासाठी. मिस्टर भोसले, सान्वीला मी बऱ्याच दिवसांपासून ऑब्सर्व्ह करतेय. ती आधीपासुनच खूप एकाकी राहणारी मुलगी आहे. पहिल्या वर्गात असूनही तिला खेळण्यात विशेष रुची नाही. वर्गात कुणीच तिचे मित्रमैत्रिणी नाहीत. इतक्यात तर ती खूप विचित्र वागतेय. शाळेत तिचा आयपॅड घेऊन येते. खूप जिद्दी आणि ॲरोगंट झालीय. एक दोनदा तर तिने मलाही उलट उत्तर दिलंय. तिच्या डब्यातही फक्त चॉकलेट्स, बिस्किट्स, नूडल्स ह्या अश्या अनहेल्दी गोष्टीच दिसतात. तुमच्या ड्राइवरला विचारलं तर ते म्हणाले की, सान्वीला ह्याच गोष्टी आवडतात म्हणून तुमची मेड हेच डब्यात देते. दुसरं काही दिलं तर सान्वी तिच्यावरही ओरडते.”

“बरं, पण सान्वी लहान आहे हो मॅडम. मुलं असतातच थोडी अल्लड आणि हट्टी. तिला आई नाही त्यामुळे ती थोडी अजून एकाकी झालीय.”

“इथेच तर चुकतात तुमच्यासारखे पालक. अहो, मुलं लहान असली तरी ती आधीपासूनच काळाच्या फिरत्या चाकावर घडत असतात; एखाद्या मातीच्या भांड्याप्रमाणे. त्यांना आपल्याला घडवायचं असतं. त्यासाठी आपण त्यांच्या मोठं होण्याची वाट बघितली आणि तोपर्यंत जर त्यांना विचित्र आकार मिळालेला असला तर त्यापुढे आपण काहीच करू शकत नाही. तेव्हा वेळ हातातून निघून गेलेली असते.”

अभिजीत एकटक राधाकडे बघतच राहिला. एवढ्या कमी वयात एवढे ठाम आणि प्रगल्भ विचार, तो राधावर खूपच इंप्रेस झाला. पहिल्यांदा कुणीतरी त्याला गप्प बसवणारं भेटलं होतं.

शेवटी अभिजीतने 'मी सान्वीकडे आता स्वतः लक्ष देईन', असं सांगून राधाचा निरोप घेतला. राधाला अभिजीतमधे दडलेलं एक निरागस मन दिसलं. तो हट्टी तर आहे, पण एखाद्या लहान मुलाला कधी रागावून तर कधी प्रेमाने समजावलं की, ते मुल जसं शहाण्यासारखं ऐकतं, तसाच हा अभिजीतही, असा विचार करत राधा त्याच्या पाठमोऱ्या आकृतीकडे बघत राहिली.

शाळेतून बाहेर पडल्यावर अभिजीतने गाडीत बसल्यावर लगेच घरी फोन केला. मेड शोभाने फोन उचलताच तिला बजावून सांगितलं की, ह्यापुढे सान्वीला फक्त हेल्दी डायट द्यायचं.

अभिजीत सहसा कुणाचंही ऐकणाऱ्यातला नव्हता, पण राधाने न जाणे त्याच्यावर काय जादू केली होती. पहिल्यांदा अभिजीतला कुणीतरी त्याच्या तोडीचं, त्याला विरोध करणारं मिळालं होतं.

राधाचे आत्मविश्वासाने भरलेले डोळे, बोलण्यातला ठामपणा, पूर्ण दिवस तो राधाचाच विचार करत होता.

कामं आटोपून जेव्हा घरी परतला; तेव्हा सान्वी तिच्या आयपॅडवर खेळत होती. अभिजीत तिच्या बाजूला जाऊन बसला तरीही तिला त्याचे भान नव्हते. अभिजीतने तिच्या हातातील आयपॅड घेतला नि म्हणाला, "बच्चू, जेवली का नाहीस आज?"

"मला नाही आवडत ते यक्की जेवण. शोभाकाकूला मी केक मागितला पण तिने दिलाच नाही. ती बम्माश आहे. तिला काढून टाका. मला आयपॅड द्या. मला गेम खेळायचा आहे."

"सानू बाळ, तुझी तब्येत चांगली होईल त्याने. जेवणाला यक्की म्हणू नये. चल जेवायला."

"मी म्हटलं ना, मला नको ते जेवण म्हणून. मला आयपॅड द्या." सान्वी खूपच उद्धटपणे बोलली.

"मी नाही देणार. आधी जेवायला चल." अभिजीत रागाने म्हणाला.

"द्या म्हटलं ना. आधी आईला अमेरिकेला हॉस्पिटलला नेलं आणि परत आणलंच नाही. आता जेवायला पण देत नाही नि आयपॅड पण नाही. यू आर व्हेरी बॅड."

"सान्वी.." अभिजीत ओरडला आणि सान्वी तिथून तिच्या बेडरूममध्ये रडत रडत निघून गेली.

अभिजीतला काय करावं ते सुचत नव्हतं. सान्वीची आजची वागणूक बघून खरंच ती हाताबाहेर जातेय की काय? अशी भिती त्याला वाटू लागली. काहीही करुन उद्या सकाळी राधा मॅडमला भेटावंच लागेल, हा विचार करत अभिजीत कसातरी झोपी गेला.

त्या रात्री स्वप्नात त्याला सान्वी त्याच्यापासून दूर दूर धावतेय..

आणि हा तिला मागून "थांब सानू..थांब.." अश्या हाका मारतोय..

पण ती अजूनच दूर जातेय..

आणि म्हणतेय, "यु आर व्हेरी बॅड.. व्हेरी व्हेरी बॅड." बस हेच दिसत राहिलं.

सकाळी नऊ वाजता अभिजीतने सान्वीला शाळेत सोडलं. गेटच्या बाहेरच त्याने राधाला गाठलं, पण तिला बोलायला वेळ नव्हता. अभिजीतची अवस्था बघून तिला काहीतरी गंभीर घडलंय हे कळलं. तिने शाळा सुटल्यावर भेटून बोलू, असं सांगून त्याचा निरोप घेतला.

राधाला अभिजीत आता सान्वीकडे लक्ष देतोय, हे बघुन बरं वाटलं. पहिल्या भेटीत हा माणूस जितका वाईट वाटला होता तितका वाईट नाही आहे, अशी तिला खात्री पटली आणि म्हणूनच ती त्याला मदत करायला तयार झाली. अभिजीतने त्यादिवशी घरूनच ऑफिसचं काम सांभाळलं.

संध्याकाळी पाचच्या दरम्यान राधाने त्याला कॉल केला तेव्हा त्याने तिला "घरीच या" असं सांगितलं. राधाला सगळा किस्सा त्याने सांगितल्यावर राधाला एकंदर परिस्थितीचा अंदाज आला.

"सगळं कसं अवघड होऊन बसलंय. मॅडम, प्लीज माझी मदत करा. जमेल ना तुम्हाला?"

"थोडं कठीण आहे, पण मी प्रयत्न करेल."

"फारच हट्टी आहे हो सान्वी."

"हो. अगदी तिच्या बाबावर गेलीय." राधा हसत हसत म्हणाली.

अभिजीत जरा लाजल्यासारखा झाला. हसतांना ती अजूनच मोहक दिसत होती. अभिजीत आपल्याकडे एकटक बघतोय हे तिला जाणवलं आणि तिने स्वतःला सावरलं. दोघेही जण एकदम भानावर आले.

"उद्या रविवार ना? तर उद्या सान्वीची नि माझी पहिली डेट. सिटीप्राईडला बारा वाजता दोघेही हजर रहा."

"मी कशाला? मला कामं."

"पहिले स्वतःची मुलगी मग बाकी सगळं. लक्षात ठेवा, अट्टेण्डन्स कम्पलसरी आहे. राधा परत हसली.

"यस, मॅडम!" अभिजितनेही हसून उत्तर दिले. राधा मदत करणार ह्या विचाराने अभिजीत थोडा रिलॅक्स झाला.

दुसऱ्या दिवशी अभिजीत आणि सान्वी सिटीप्राईडला पोहोचले.

"किती उशीर? चला लवकर."

"हॅलो मिस, बाबाच लवकर तयार होत नव्हते. मला हंड्रेड टाइम्स, हा शर्ट चांगला दिसतो की तो, हेच विचारत होते."

"काहीही काय? असं काही नाही." अभिजीत थोडा ओशाळला.

"बाबा लायर..बाबा लायर.."

अभिजीतने मान खाली घातली. राधा गालातल्या गालात हसत होती. राधाला अभिजीत आपल्यासाठी तयार होत होता हे लगेच कळलं.

अभिजीतला ती पहिल्यांदा कॅजुअल्समधे बघत होती. स्काय ब्ल्यू टीशर्ट आणि ब्लॅक ट्रॉउझर मधे तो खूपच आकर्षक दिसत होता. तिने त्या दोघांना 'वंडर वूमन' ह्या सिनेमाच्या टिकेट्स दिल्या आणि तिघेही आता गेले.

सिनेमा संपल्यावर तिघेही एका रेस्टॉरंटमध्ये गेले. सान्वी बऱ्याच दिवसांनी इतकी खुश दिसत होती. बऱ्याच दिवसांनी अभिजीतने तिच्यासोबत इतका वेळ घालवला होता.

सान्वीची नुसती बडबड सुरू होती, "ती वंडर वूमन किती स्ट्रॉन्ग होती ना! मला पण तिच्यासारखं सुपरगर्ल व्हायचं आहे मग मी ही ढिशूम ढिशुम करेन.."

"अगं, पण तू नाही होऊ शकत सुपरगर्ल.." राधा सान्वीला म्हणाली.

"का?"

"ती सुपरगर्ल तिच्या आईबाबांनी सांगितल्याप्रमाणे वागायची. हेल्दी जेवण जेवायची त्यामुळे ती स्ट्रॉन्ग झाली. ती मैदानावर खेळायची; त्यामुळे ती फाईट करू शकली पण तू तर आयपॅडवर

खेळतेस. जाऊ दे, तू पिज़्ज़ा खा. काय मिळणार आहे सुपर गर्ल बनून." राधा मोठ्या चतुराईने सान्वीला हाताळत होती आणि अभिजीत तिच्याकडे अवाक होऊन बघत होता.

"नाही. मला सुपरगर्ल बनायचं आहे."

"मग आधी हे सूप पी आणि नंतर मिक्सड व्हेज पराठा खायचा."

सान्वीने आधी तोंड वाकडं केलं, पण सुपरगर्ल बनायचं होतं, म्हणून ती बऱ्यापैकी जेवली.

अभिजीतला राधाबद्दल खूप कौतूक वाटलं. नंतर राधा त्या दोघांना एका बुक स्टोअरला घेऊन गेली. तिथे तिने राणी लक्ष्मीबाई, बालशिवाजी आणि इतर वेगवेगळ्या गोष्टींची पुस्तके तिच्यासाठी घेतली.

तिघेही घरी गेली.

सान्वीला शोभाताई आत घेऊन जाण्याअगोदर, राधाने तिच्या हाती एक छोटसं चॉकलेट ठेवलं नि म्हणाली, "हे तुझं आज छान छान वागल्याबद्दलच बक्षीस. सुपरगर्ल बनायचं आहे ना? मग मी सांगितलेलं सगळं लक्षात ठेवशील."

"हो. मी तसंच करेन. थँक यू मिस."

असं म्हणत ती आत निघून गेली.

राधाने नंतर अभिजीतलाही सान्वीला त्याच्या प्रेमाची आणि वेळेची गरज आहे, महागड्या गिफ्ट्सची नाही हे समजावून सांगितले. राधा जायला निघाली. अभिजीतला मात्र ती जाण्याआधीच तिला परत भेटण्याची ओढ लागली होती. अभिजीत म्हणाला,

"मिस राधा, नेक्स्ट डेट कधी?"

"भोसले इंडस्ट्रीजच्या मालकाला वेळ आहे का असल्या क्षुल्लक डेट्ससाठी?" राधा हसून म्हणाली. अभिजीत हिरमुसल्यासारखा झाला मग राधा लगेच म्हणाली,

"बरं, नेक्स्ट डेट लवकरच, पण अट्टेण्डन्स कंपलसरी आहे."

त्यानंतर त्यांच्या अश्या बऱ्याचश्या डेट्स; कधी स्विमिन्ग पूल, कधी लायब्ररी, कधी प्ले एरिया, कधी अम्युझमेंट पार्क तर कधी कधी घरीसुद्धा होऊ लागल्या. सान्वी अधूनमधून हट्टीपणा करायची, पण

आता अभिजीत बऱ्यापैकी तिला कसं समजावून सांगायचं हे शिकला होता.

राधा आणि शोभाताईनी मिळून युट्यूबच्या मदतीने काही स्ट्रॉन्ग रेसिपीज शिकून घेतल्या आणि त्याला मुलांच्या दृष्टीने सजवून सान्वीला जेवण्यासाठी प्रवृत्त केले. अधूनमधून हट्ट ही पूर्ण केले.

तिला बालशिवाजी आणि मावळे कसे खेळायचे, राणी लक्ष्मीबाई इतक्या युध्दात पारंगत होण्यासाठी किती प्रॅक्टिस करायच्या हे सांगून; त्या दोघांनी तिचं आयपॅड वापरण्याचं प्रमाण एकदम कमी केलं.

अभिजीत आता सान्वीसोबत जास्त वेळ घालवू लागला होता. गोष्टी सांगता सांगता तिच्याच बेडवर झोपून रहायचा. सान्वीला त्याच्या कुशीत झोपायला मिळत होतं. तिच्या बाबाचं प्रेम मिळत होतं. त्यामुळे ती आनंदी रहायला लागली.

ह्या डेट्स बरोबर अभिजीत आणि राधाचं नातं, मैत्रीच्या रस्त्यावरून प्रेमाच्या सुंदर वळणाकडे वळू लागलं होतं.

तरीही राधाच्या मनाला मात्र वेगळीच हुरहूर लागली होती. आपलं सत्य कळल्यावर अभिजीत आपल्याला त्याच नजरेने बघेल का? जसं आता बघतोय, हा प्रश्न सतत तिला भेडसावत होता. जास्त गुंतण्याआधीच त्याला सगळं सांगायला हवं, हा विचार करुन राधा योग्य वेळेची वाट बघत होती.

एके दिवशी राधाला अभिजीतने राधाला आजची डेट कुठे? हे विचारण्यासाठी फोन केला तेव्हा राधाने त्या दोघांना तिच्या घरी बोलावले.

राधाचं घर साधं पण नीटनेटकं होतं. सान्वीने इकडून तिकडे उड्या मारत सगळ्या रूम्समधे जाऊन बघितलं. तिच्या घरात एक फोटो होता त्याला बघून सान्वी लगेच म्हणाली,

"मिस, हे कोण आहेत?"

"ते माझे बाबा आहेत."

"आता कुठे आहेत ते मग? बाहेर गेलेत का?" सान्वीने कुतूहलाने विचारले.

"सानू बेटा, ते देवाघरी गेलेत. त्यांना जेव्हा हार्ट अटॅक आला तेव्हा मी तिथेच होते. मग मी त्यांना डॉक्टरकडे पण घेऊन गेले पण डॉक्टर्स, मी किंवा दुसरं कुणीही त्यांना वाचवू शकलं नाही. कारण त्यांचा टाइम आऊट झाला होता. जसा तूझ्या विडिओ गेम्समधे होतो ना, तसाच काहीसा.

तुझी आई पण अशीच देवाघरी गेली आणि तुझे बाबा काहीच करू नाही शकले. एकदा देवाघरी गेलेल्यांना कधीच परत आणता येत नाही. तुझे बाबा दोषी नाहीत. तुझ्यावर ते खूप प्रेम करतात मग त्यांना कधीच बॅड समजायचं नाही हं.." राधाचे डोळे भरून आले.

सान्वीने धावत जाऊन बाजूला बसलेल्या अभिजीतला मिठी मारली. सान्वी आणि अभिजीतचे डोळे भरून आले. अभिजीत सान्वीला घट्ट मिठीत पकडून कृतज्ञतेने राधाकडे बघत राहिला आणि राधा अभिजीतकडे.

काही दिवसांनी हे तिघेही असेच फिरायला गेले. रात्री परतताना फूटपाथवर बरीचशी लहान मुले झोपली होती. सान्वीने तिच्या बाबांना विचारले, "बाबा, बाबा, ही मुलं अशी का रस्त्यावर झोपली आहेत?"

"कारण त्यांना घर नाही. जेवायला पण चांगलं मिळत नाही. काहींना तर आईबाबाही नसतील." अभिजीत गंभीर स्वरात म्हणाला.

"बघ सानू, त्यांना आईबाबा दोघेही नाहीत, पण तुला कमीतकमी बाबा तरी आहेत. म्हणून तू नेहमीच आनंदी रहायला पाहिजे." राधा म्हणाली.

थोड्यावेळाने, "बाबा, तुमच्याकडे तर खूप मनी आहे ना. मग तुम्ही ह्यांना हाऊस बांधून द्या ना."

अभिजीत म्हणाला, "अरे व्वा! चांगली आयडिया आहे. का नाही? सोबतच शाळा ही काढू. तूझ्या मिस राधा सांभाळतील का शाळा?"

राधा विचारात पडली. अभिजीतचा निर्णय तिला आवडला पण एवढी मोठी जबाबदारी.. त्या दोघांच्याही आग्रहाखातर तिला शेवटी 'हो' म्हणावंच लागलं.

अभिजीतला ही आता कळून चुकले होते की, राधाशिवाय त्याचं आयुष्य अपूर्ण आहे. राधा, त्याच्या आणि सान्वी मधला दुवा झाली

होती. सान्वीलाही तिचा लळा लागला होता.

त्याने एकदा सान्वीला, "मिस राधा तुला आई म्हणून आवडेल का?" असं विचारलं तर सान्वी आनंदाने घरभर नाचायलाच लागली. आता फक्त राधाला प्रपोझ करणे बाकी राहिले होते.

एकदा ते तिघेही समुद्र किनारी फिरायला गेले.

राधा आणि सान्वी वाळूचं घर बनवत होत्या. अभिजीत बाजूला बसून राधाला लग्नाबद्दल कसं विचारावं हा विचार करत होता. तेवढ्यात सान्वी म्हणाली, "मिस, तुम्ही कधी येणार माझ्या घरी रहायला? तुम्ही माझी आई कधी होणार?"

राधा ह्या प्रश्नाने एकदम गोंधळली. अभिजीतने कशी तरी सावरासावर करत सान्वीला भुलवण्यासाठी आईसक्रीम खायला नेलं.

आता आपलं सत्य अभिजीतला सांगावंच लागेल, हे राधाला कळून चुकलं होतं.

तिघेही परतीच्या वाटेवर निघाले. गाडीत राधा आणि अभिजीत एकमेकांशी जास्त बोलले नाही.

सान्वी झोपल्यावर राधा अभिजीतच्या रूममधे गेली.

"अभिजीत, मला तुम्हाला काही तरी सांगायचं आहे."

"मला ही. सान्वी आज जे काही बोलली ते खरं आहे. आम्हा दोघांनाही तुम्ही खूप आवडता मिस राधा. आमचं अपूर्ण कुटूंब तुम्ही पूर्ण करू शकता. वी बोथ आर इन लव्ह विथ यु. तुम्ही सान्वीची आई होणार का?"

राधाने दीर्घ श्वास घेतला नि म्हणाली,

"अभिजीत मला हे सगळं कळतंय. पण मला त्याआधी तुम्हाला काही तरी सांगायचं आहे. मी इतर नॉर्मल मुलींसारखी नाही आहे. जन्मापासूनच मला गर्भाशय नाही, म्हणूनच माझं लग्न ही झालं नाही."

अभिजीत थोडा वेळ विचारच करत राहिला. राधाला त्याच्या मौनाचा अर्थ कळला आणि ती जायला निघाली.

अभिजीतने तिला मागून आवाज दिला. "मिस राधा, तुम्ही माझ्या प्रश्नाचं उत्तर दिलं नाही? तुम्हाला मी पसंत आहे का?"

राधा मागे वळली नि आश्चर्याने म्हणाली, “हे सगळं सांगितल्यावरही..”

“हो तरीही, माझं तुझ्यावर खूप प्रेम आहे आणि सानूचंही. माझ्यासाठी तू सर्वगुणसंपन्न स्त्री आहेस, संपूर्ण आहेस. एका क्षणी तू एकदम सौम्य तर दुसऱ्याचं क्षणी एकदम कणखर होऊ शकतेस. मुलांना खूप प्रेम ही देतेस आणि सोबतच त्यांना चांगले संस्कार देण्यास झटत असतेस.

तुझ्याविना मी अपूर्ण आहे. सानू अपूर्ण आहे. माझं कुटूंब अपूर्ण आहे. तू ह्या घराला आपलं घर कर. आम्हा दोघांनाही आपलं कर. तुला मी पसंत असेल तरच तू होकार दे. तो सर्वस्वी तुझा निर्णय असेल.”

भरलेल्या डोळ्यांनी राधा गोड हसून म्हणाली, “तसंही, तुम्हा बापलेकीला दोघांनाही शिस्त लावण्यासाठी माझ्यासारखी स्ट्रिक्ट टीचरच हवी."

अभिजीतही तिला हसून म्हणाला, "मग मॅडम, तुमचा हा विद्यार्थी पास ना ह्या वर्गात? पुढच्या वर्गातही तुम्हीच याल ना शिकवायला?"

राधा गोड हसून म्हणाली, "हो. पण अट्टेण्डन्स दरवेळी कम्पलसरी आहे."

अभिजीतने राधाला मिठीत सामावून घेतलं आणि राधाच्या डोळ्यांतून आनंदाश्रू वाहायला लागले.

10

माझा पती उत्साही अति

“हुर्रे! उद्या तर आपल्या छकुलीचा वाढदिवस. दीपू, चल मीच केक बनवतो.” माझा नवरा, रणवीर एकदम उत्साहाने म्हणाला.

(तसं त्याचं नाव राहुल आहे, पण मला त्यात रणवीर सिंगचा अवतार दडलेला दिसतो म्हणून आपण त्याला रणवीरच म्हणू आणि तो रणवीर म्हणजे अर्थातच मी दीपिका. तिच्याएवढी स्लिम नसले तरीही आपला जलवाही काही कमी नाही. माझ्या घरचा रणवीर, माझ्यामागे वेडा काही उगाचच नाही झाला.)

मला मात्र हे ऐकून धडकीच भरली. माझा नवरा, खूपच प्रेमळ, नेहमी उत्साही आणि मदत करू इच्छिणारा. त्या दीपिकाचा ओव्हर ॲक्टिव्ह रणवीर सिंग आहे ना, अगदी तसाच अतीउत्साही. एवढी एनर्जी हे लोकं कुठून आणतात देव जाणे!

तर नेहमीप्रमाणे आमच्या मुलीच्या पहिल्या वाढदिवसालाही त्यालाच केक बनवायचा होता. तुम्ही म्हणाल, त्यात काय वाईट आहे. अश्या नवऱ्यावर तर कुणीही जीव ओवाळून टाकला असता. मग त्याने बनविलेला केक तुम्ही एकदा खाऊन बघाच.

तो स्वतः व्हेजिटेरियन आणि आमच्यासाठी केक बनवतो अंडी टाकून. त्यामुळे त्याच्या केकची चव त्यालाच ठावुक नसते. तोंडात

गेल्यावर तो केक आपले खालचे आणि वरचे दात एकमेकांस 'फेविकॉलच्या जोड'सारखे असे काही चिकटवून टाकतो की, त्यानंतर काही मिनिटे तुम्ही तोंडच उघडू शकत नाही.

वरूनहाविचारतराहतो, "कसावाटला?"

मग मी फक्त स्माईल देते तोंड न उघडता आणि मग ह्याला वाटतं की, आपला केक इतका छान झालाय की हिला स्तुती करण्यासाठी शब्दच सापडत नाही आहेत.

नंतर मग तो आणखी दूसरा पीस माझ्या प्लेटमधे टाकतो. मी केविलवाण्या नजरेने त्या दुसऱ्या पीसकडे बघते, पण तरिही मी त्याला माझं खरं मत सांगूच शकत नाही. आवडला नाही असं म्हणूच शकत नाही.

असं वाटतं त्याने बिचाऱ्याने एवढी मेहनत करून तो केक बनवला; तर का उगाचच आपण त्याचं मन दुखवायचं. पण हा एक 'नाही' शब्द तोंडातून न फुटल्याने माझ्या प्रत्येक वाढदिवसाला तो फेविकॉल केक बनवू लागला.

माझा वाढदिवस जवळ आला की, माझ्या अंगावर भितीचे शहारे उठू लागायचे. इतर बायका नवऱ्याला त्यांचा वाढदिवस लक्षात राहत नाही म्हणून वैतागतात, पण मला मात्र ह्या रणवीरला माझ्या वाढदिवसाचा विसर पडू दे, असं देवाला साकडं घालावं लागतं.

इतर बायका नवऱ्याला त्यांचा वाढदिवस लक्षात राहत नाही म्हणून वैतागतात, पण मला मात्र ह्या रणवीरला माझ्या वाढदिवसाचा विसर पडू दे, असं देवाला साकडं घालावं लागतं.

आता तर कळसंच झाला. मुलीच्या वाढदिवसालाही हाच केक बनवणार म्हणजे आता वर्षाला दोन फेविकॉल केक खावे लागणार! नाही! नको!

हे मनातलं 'नाही' ओठांवर का येत नाही? का ही 'नाही' म्हणण्याची कला माझ्यात विकसित होत नाही?

शेवटी मी म्हणाले, "कशाला एवढी मेहनत? आपण विकतच आणू."

"नाही ग बेबी. माझ्या दोन्हीही पऱ्यांसाठी मी अख्खा स्वयंपाक बनवू शकतो, ये केक क्या चीज है." तो लाडात येऊन म्हणाला.

मी पुन्हा मठ्ठसारखे नुसतेच हसले.

तो माझ्या मौनाला माझा, होकार समजून केक बनवण्याचे साहित्य आणण्यासाठी निघून गेला. मी मनातल्या मनात घुसमटत रडवेला चेहराकरून समोरच्या पिंक सोफ्याकडे बघत राहिले. हो! पिंक सोफाच. आमच्याकडे सगळं पिंक कलरचंच आहे. किचनच्या ट्रॉलीजपासून तर भिंतीच्या रंगापर्यंत, पडद्यांपासून तर बेड, इतर फर्निचर, माझी स्कुटी सगळंच. ह्या मागेही एक कथा आहे.

रणवीरच आणि माझं लग्न कांदेपोह्यांच्या कार्यक्रमामधे जुळलं. लग्नात आणि साखरपुड्यात सहा महिन्यांची गॅप असल्यामुळे आम्ही भेटत राहिलो.

मी अबोल आणि शांत गझल तर तो बडबड करणारा रॅप. मी हवेची हलकीशी झुळूक तर तो शक्तीशाली वादळ, मी संथ वाहणारी नदी तर तो खळवळलेला समुद्र, मी वरणभात तर तो कोल्हापूरचं झणझणीत मटण, मी लिंबू सरबत तर तो माउंटेन ड्यू- डर के आगे जीत है.

तरीही का कुणास ठावुक, मला रणवीर खूपच भावला. अरेंज्ड मॅरेज असलं तरिही आम्ही एकमेकांच्या प्रेमात पडलो.

भेटीगाठीतून आमचं प्रेम आणखी आणखी फुलतच गेलं.

मग एके दिवशी, त्याने मला एक गुलाबी ड्रेस गिफ्ट म्हणून दिला. सो स्टेरिओटिपिकल! म्हणजे मुलगी असली की तिचा गुलाबी रंग फेव्हरेट असेल असा विचार त्याने केला असावा.

मला गुलाबी रंग अजिबात आवडत नाही, पण पुन्हा तेच, नेहमीसारखं नाही म्हणता आलं नाही. प्रेमाने आणला म्हणून मी हसतच म्हणाले, “हो, आवडला ना..मस्तच आहे..”

मग काय? कधी गुलाबी फुलं तर कधी गुलाबी वॉच. एकदा तर चक्क गुलाबी मोबाईल. माझी शाम गुलाबी सेहेर गुलाबी करून टाकली होती ह्या महाशयाने. तरीही तोंडातून ‘नाही’ हा शब्द काही फुटेच ना.

त्या मुन्नाभाई एमबीबीएसमधल्या बोमन इराणीसारखी फ्रस्ट्रेटेड स्माईल मी त्याला दरवेळी देत राहिले आणि मग उगवला तो लग्नाचा दिवस.

पहिल्या रात्रीसाठी काहीतरी सरप्राईझ आहे असं ह्याने मला सांगितलं. काहीतरी छोटं गिफ्ट म्हणजे एखादा दागिना किंवा दुसरं काही असेल, हा विचार मी केला. पण जसा घरात मी गृहप्रवेश केला तसं समोरच दृश्य बघून माझ्या डोळ्यांसमोर गंधारी (गुलाबी अंधारी) आली.

सगळ्या भिंतींचा रंग पिंक. बेडशीट, सोफा, पडदे, ड्रेसिंग टेबल सगळं पिंक..पिंक..पिंक..

मला अगदी गुलाबी शहर जयपूरमधे आल्याचा फील आला, त्यामुळे हनीमूनला आता कुठे बाहेर जायची इच्छाच उरली नाही. आता हेच माझं गुलाबी घर जयपूर हे म्हणण्याची वेळ आली होती.

त्या पिंक सोफ्याकडे बघतच ह्या विचारत बुडाले तेवढ्यात,

"ढँनटँढँन. तो आंगये है आपके चहीते शेफ रणवीर केक बनाने की सामग्री लेकर. जी हाँ आज हम बनाने जा रहे है मेरी प्यारी बेटी और दीपू के लिए एक शानदार चॉकलेट केक.." अशी बडबड तो उत्साहाने करू लागला.

माझ्या डोक्यात द्वंद्व पेटलं..

आता नाही म्हणायलाच हवं..

नको, इतक्या प्रेमाने बनवतोय...

अगं टवळे, तू हा केक पार्टीतल्या पाहुण्यांना कशी देऊ शकतेस?

पण रणवीर काय विचार करेल?

दीपटले, नाही म्हण..

..

शहाणे, गप्प बस..

नाही ..

..

गप्प ..

नाही

..

तेवढ्यात मी मोठ्याने म्हणाले, "नाही..नाही..आय कान्ट डू धीस. आय कान्ट डू धीस एनीमोर.."

रणवीर हातात अंडी घेऊन स्तब्धपणे माझ्याकडे बघतच राहिला नि म्हणाला,

“व्हॉट, बेबी?”

“धीस..धीस..धीस..” मी किचनच्या ट्रॉलीजकडे, केकच्या सामनाकडे बोट दाखवत म्हणाले..

“यू डोन्ट हॅव टू डू एनिथिंग. अगं दीपू, मीच बनवतो पूर्ण केक. तू नको करू काही मदत. तू आराम कर. मी किचनही नीट आवरून ठेवेन नंतर.” त्याला वाटलं की मी कामाबद्दल बोलतेय.

“लिस्टन रणवीर, वी नीड टू टॉक. आताच..” मी शांत राहून बोलण्याचा प्रयत्न करू लागले.

“ओके.” रणवीरला कळलं की काहीतरी गंभीर आहे.

आम्ही दोघेही त्या पिंक सोफ्यावर बसलो.

“फर्स्टली, पिंक इज नॉट माय फेव्हरेट कलर. इन फॅक्ट कधीच नव्हता आणि नसेल.”

“बट बेबी, यू यूज्ड टू लव्ह पिंक. तुला आठवतं का, मी दिलेला पिंक ड्रेस तू बऱ्याचदा घातला, मग अचानक असं काय झालंय?”

“रणवीर, प्लीज तू माझं पूर्ण ऐकशील. मी एक शब्द बोलले की, तू पाच वाक्य बोलतोस आणि त्यामुळेच हे सगळं असं होत जातं.”

“ओके. तू बोल दीपू.. सॉरी. तू बोल शांततेने. तुला पाणी हवंय का? एसी लावू का, की काही खायला आणू?”

मी मध्येच बोलले, “पुन्हा तेच. तू मला बोलायला चान्स देशील का?”

तो अजून काही बोलणार तेवढ्यात त्याच्या लक्षात आलं नि त्याने तोंडावर हात ठेवून तू बोल, असं मला नजरेनेच सांगितलं.

“मला गुलाबी रंग अजिबात आवडत नाही. गुलाबाचं फुल नाही, ट्युलिप इज माय फेव्हरेट. मला वीकएंड्सला फेरफटक्याऐवजी घरीच पडून रहायला आवडतं. बाहेर गेलो तरी मला ट्रेकिंग नकोसं वाटतं. मला समुद्रकिनाऱ्यावर शांत बसून सुट्ट्या घालवायला आवडतात.

मला यो यो हनी सिंग नाही, जगजीत सिंग ऐकायला आवडतो.

तुझी मैत्रीण शनाया मला फारच अनोइंग वाटते, त्यामुळे प्लीज ह्यापुढे मला तिच्यासोबतच शॉपिंगला पाठवू नकोस.

शाहरूख नाही इरफान आवडतो. तुला केक बनवता येत नाही त्यामुळे प्लीज तो फेविकॉल केक ह्या पुढे कधीच बनवू नकोस. नाहीतर माझ्यासारखाच आपल्या छकुलीला पण वाढदिवसाचा फोबिया होईल आणि सगळ्यात महत्वाचं मला नाही म्हणता येत नाही. मी जास्त बोलत नाही त्यामुळे तुला माझं मौन माझा होकार वाटतो."

असं मी एका दमात उसेन बोल्टच्या पायांच्या स्पीड ने माझी जीभ पळवत, एका श्वासात बोलले. 'लाईट ट्रॅव्हल्स फास्टर दॅन साऊंड' हा सायन्सचा सिद्धांत देखील त्यादिवशी फेल ठरला असेल.

तो प्रश्नचिन्ह चेहऱ्यावर आणून माझ्याकडे बघतंच राहिला. "मग तू हे सगळं मला आधी का नाही सांगितलं?"

"कारण मला नाही म्हणता येत नाही. कारण मला तुला दुखवायचं नव्हतं."

"वाव! डिड यू एव्हर लव्हड मी? की तेव्हाही नाही म्हणता आलं नाही म्हणून."

"नो.. नो.. नो.. स्टुपिड, तू मला जसा आहेस तसाच आवडतोस, पण कधी कधी असं होतं की तुझा उत्साह, प्रेम बघून त्याखाली मी दबून जाते आणि माझ्या आवडीनिवडी आणि मतंही.

ह्यात बऱ्यापैकी माझाच दोष आहे; कारण मलाच नाही म्हणता येत नाही. मी नाही म्हणू शकत नाही कारण तुझा उत्साह बघून मला तुला निराश करायचं नसतं. कारण नाही म्हणून मला तुला दुखवायचं नसतं. कारण मला तुला बदलायचं नसतं. कारण कारण आय लव्ह यू.." मी डोळे भरून त्याच्याकडे बघत राहिले.

"तसं नाही ग राणी, तुला जे आवडतं ते तू कर ना. मलाही तेच हवं असतं. तू ते स्पष्टपणे सांगायला हवं. तू खूश तर मी ही खूश. आपण एक काम करू. हळूहळू एक एक करून हे फर्निचर विकून टाकू नि त्याऐवजी तुला आवडेल ते फर्निचर घेऊ.

ह्या पुढे कधी तू तर कधी मी हॉलिडे डेस्टिनेशन निवडायची. जगजीतजीको भी हम यो यो के बीच मे सुन लेंगे. राहिला प्रश्न केकचा? खरंच तो जगातला बेस्ट केक नाही का?"

"सॉरी डिअर, पण नाही. जगातला बेस्ट अडेझिव्ह मात्र असू शकतो."

"चला. म्हणजे कुठल्या तरी कॅटेगिरीत बेस्ट आहे तर." असं तो म्हणाला आणि आम्ही दोघेही मोठमोठ्याने हसू लागलो..

"अँड टेल मी वन थिंग, माझा ड्रेसिंग सेन्स तरी खरंच चांगला आहे ना?" थोड्या वेळाने रणवीरने कुतूहलाने विचारलं.

मी हसतंच, "आय लव्ह यू." म्हणत टाळलं.

"सांग ना." तो म्हणाला.

"आय लव्ह यू.."

"प्लीज. सांग ना."

"आय लव्ह यू टू द मून अँड बॅक."

असं म्हणत मी त्याच्या गालावर किस केलं.

"आय लव्ह यू टू, दीपू.." असं म्हणत त्याने मला मिठीत घेतले.

मग मी हळूच त्याच्या कानाजवळ म्हणाले, "ह्या पुढे तुझे कपडे मी निवडत जाईन."

"ओके, मॅडम." तो ही हसत म्हणाला कारण त्याला त्याचं उत्तर मिळालं होतं.

11

अखेरचा क्षण

एखादं नाव ओठांवर आलं की परत परत तेच घ्यावंसं वाटतं, एखादा आवाज ऐकू आला की कान तृप्त होतात आणि कुणी एखादी खास व्यक्ती डोळ्यांसमोर आली की, नजर तिच्यावरून हटता हटू नये असं वाटतं, पण नजर धड मिळवता ही येत नाही नि गालांवर एक वेगळीच लाली येते. त्या दिवशी नेमकं असंच काहीसं झालं.

नेहमीप्रमाणे ऑफिसमध्ये एक कंटाळवाणा दिवस होता. क्लायंट कॉल सुरु होता.

"हॅलो, धीस इज प्रकाश."

"हॅलो, वृंदा हिअर." मीच ती वृंदा.

"हाय, आय एम जीवन."

"हॅलो, दिव्या हिअर."

"हाय, रश्मी हिअर."

सगळे एक एक करून बोलत होते. जवळपास २० जण तरी असतील कॉलमधे. मी आपल्याच विचारात. तेवढ्यात एक आवाज ओळखीचा वाटला आणि नावही.

मी विचारांतून बाहेर येऊन तो आवाज मनात रिवाइंड करायला लागले. हा नक्की तोच होता; माधवन, माझा माधवन, माझा सखा, प्रियकर, सबकुछ. मी कंपनी ॲड्रेस बुकमधे त्याला सर्च केलं. 'डू नॉट डिस्टर्ब्' स्टेटस होतं त्याचं, तरीही लगेच त्याला पिंग केलं. फॉरमॅलिटीज

गेल्या उडत डायरेक्ट प्रश्न केला,

"आर यु माधव पामुलापार्थी?"

त्याचा थोड्यावेळात रिप्लाय आला, "यस, मुझे लगा शायद तुम मेरी आवाज़ नही पहचानोगी लेकिन.." आणि शेवटी एक स्माईली टाईप केलेली होती.

"हम्म. आय एम नॉट लाईक यू." माझा रिप्लाय.

"मतलब तुम अभीभी नाराज़ हो मुझसे." तो म्हणाला.

राग होताच माझा त्याच्यावर, पण त्याहीपेक्षा जास्त प्रेम असावं कदाचित. मी त्याला "नाही" म्हणूनच रिप्लाय केला.

लंच ब्रेकमधे भेटायचं ठरलं. मी खूप खुश आणि आतुर होते त्याला भेटण्यासाठी. तब्बल १० वर्षानंतर भेटणार होतो आम्ही. तोही एवढाच आतुर असेल का?

वॉशरूममधे जाऊन चार पाच वेळा आरशात चेहरा बघून आले, केस नीट केले, 'आज मी एखादा चांगला ड्रेस घालून आले असते तर!' हाही विचार आला मनात.

अखेर तो क्षण आला. मी आधीच ठरलेल्या जागी जाऊन त्याची वाट बघत बसले. त्या रेस्टॉरंटमधे एका बाजूला कॉलेजचे मुलंमुली दंगा करत होते. मस्त गाणी लागलेली होती. वेळ जाता जात नव्हता. अधून मधून नजर त्याचा शोध घेत होती.

मी अगदीचं वयस्क काकूबाई दिसू नये; म्हणून चष्मा काढून ठेवला. पण त्यामुळे सगळं धूसर दिसत होतं. तेवढ्यात कुणीतरी समोरून माझ्याचकडे येत आहे असं दिसलं. मी निरखून बघत होते पण जवळ आल्यावरच त्याचा चेहरा स्पष्ट दिसला.

"हॅलो." तो हसत म्हणाला. मी क्षणभर त्याच्याकडे बघतच राहिले.

अजूनही तसाच मोहक दिसत होता तो! तो खूप उंच होता नि मी त्याच्या खांद्याच्याही खाली. त्याचे दाट केस बघितले आणि असं वाटलं त्यातून माझे हात फिरवावे. डोळेपण एकदम लोभस, मस्तीखोर. वरच्या ओठाचा आकार अगदी आडव्या ठेवलेल्या धनुष्यासारखा आणि ओठांवर तीच खट्याळ स्माईल.

त्याच्या आईवडिलांनी नावही एकदम त्याला साजेसं ठेवलं होतं 'माधवन'. मलाही असंच वाटायचं की कृष्ण असाच दिसत असेल कदाचित.

मी त्याच्यासमोर ठेंगणी दिसायचे. कधी कधी वाटायचं काय बघितलं ह्याने आपल्यात? मी निव्वळ साधारण. पण त्याच्यासोबत असलं की, त्याची माझ्याकडे बघण्याची तऱ्हा पाहून, मला मी मिस वर्ल्ड आहे असं वाटायचं.

तो अजूनही तसाच फिट दिसत होता आणि माझ्या पोटाभोवती मात्र टायर जमा झाला होता. मी किती वेळासाठी हरवली होती देवच जाणे! त्याने चुटकी वाजवून मला विचारातून जागं केलं.

"हॅलो, व्हेअर आर यू? यू हॅवन्ट चेंजड. नॉट इव्हन अ लिटील बिट. तुम तब भी ऐसे ही अपनेही ख़यालों में खोई खोई रहती थी जब हम दोनों..." आणि मग परत शांतता.

तेवढ्यात वेटर मेन्यू कार्ड घेऊन आला. मी त्याला मेन्यू कार्ड दिलं आणि ऑर्डर करूयात असं म्हटलं. त्याला मराठी सगळं कळत होतं, पण बोलण्याची बोंब होती. तरीही कधी कधी प्रयत्न करायचा बिचारा आणि मला फार क्युट वाटायचं ते.

असं वाटलं होतं इतक्या दिवसांनी भेटल्यावर दोघंही खूप गप्पा मारू, पण तसं काही झालं नाही. ऑफिसमधे बसल्या बसल्या काय काय ठरवलं होतं; हे बोलू, ते बोलू पण आता काहीच सुचत नव्हतं. आता कदाचित बोलण्यासारखं काही राहिलंच नसावं.

आमच्या बाजूच्या टेबलवर काही कॉलेजच्या मुली बसल्या होत्या. त्या अधूनमधून त्याला बघत होत्या. पस्तिशी ओलांडूनही साहेबांचा जलवा काही कमी झाला नव्हता.

साध्या व्हाईट शर्ट आणि ग्रे जीन्समधे पण एकदम भारी दिसत होता तो. आधी वापरायचा त्याच टेम्पटिंग डिओचा सुगंध मला जाणवला. अहाहा!

"अरे शुरु करो खाना आ गया."

"हो."

तश्या तर मला त्याच्या सगळ्याच गोष्टी खूप आकर्षक वाटायच्या, पण सगळ्यात जास्त त्याची माझ्याकडे बघण्याची पद्धत फार आवडायची.

तो ज्याप्रमाणे माझ्याकडे बघायचा ते मला शब्दांत सांगणं तर कधीच जमणार नाही. ते फार वेगळं होतं. त्याला मी काहीही न बोलता माझ्या चेहऱ्यावरून मनात काहीतरी चालू आहे हे कळायचं.

आताही त्याने खुणेनेच मला विचारलं, “काय चालू आहे मनात?”

मी मानेनेच “काही नाही.” म्हणाले.

रेस्टॉरंटमधे गाणं चालू होतं,

“हम को मिली है आज ये घडिया नसीब से..जी भर के देख लिजिए हम को करीब से..”

जुनं गाणं नवीन गायक ‘सनम पुरी’ त्याच्या नवीन अंदाजामधे गात होता. आम्हीही जुनेच होतो पण नव्याने भेटत होतो, पण गाण्याचे आणि माझ्या मनातले भाव जुनेच होते.

जेवतांना इकडच्या तिकडच्या गप्पा झाल्या. शेवटी परत एकदा त्याने मेन्यू कार्ड वर नजर टाकली आणि म्हणाला, “ओह्ह! दे डोन्ट हॅव हनिमून शेक.”

आणि हसायला लागला. मला पण खूप हसू आलं आणि बरंही वाटलं की, ह्याला इतकी छोटी गोष्ट पण लक्षात राहिली.

“तुला आठवतं का? तो वेटर आपल्या दोघांकडे कसा बघत होता; जेव्हा तू तो हनिमून शेक ऑर्डर केला होतास.” मी म्हणाले.

तो हसत म्हणाला, “वो तुम्हारे गले में मंगलसूत्र ढुंढ रहा था शायद.”

आम्ही दोघेही ती जुनी गोष्ट आठवून खूप हसलो. खरंच किती सुंदर असतात ह्या छोट्या छोट्या आठवणी! जगण्याची नवी उमेद देऊन जातात, दुःखातही हसवून जातात.

आज बऱ्याच दिवसानंतर मी एवढी खुश होते. उरलेला दिवस कसा गेला कळलंच नाही. कामात लक्षच लागत नव्हतं. सतत त्याचा चेहरा आणि जुन्या आठवणी डोळ्यांसमोर येत होत्या, त्याचंही असंच होत असेल का? तेवढ्यात मोबाईल वर त्याचा मेसेज आला,

“यू वेअर लूकिंग ग्रेट टुडे... कल फिरसे मिलेंगे लंच टाइम पे और कल चष्मा लगा के रखना. डोन्ट वरी, मैं तुम्हे ऑंटीजी नही बोलुंगा.”

मी जीभच चावली, ह्याला माझ्याबद्दल एवढं सगळं कसं कळतं, देवच जाणे.

त्या रात्री झोपच उडाली होती. सतत भूतकाळ डोळ्यांसमोर नाचत होता.

१२ वर्षांपूर्वी....

हैदराबाद, माझ्यासाठी एकदम नवीन शहर. इथे येऊन थोडेच दिवस झाले होते.

एका नवीन कंपनीत जॉब मिळाला होता. कुणीही ओळखीचं नव्हतं, म्हणून पेइंग गेस्ट म्हणून राहत होते.

कंपनीत वार्षिक उत्सवाचा माहोल होता. मला नाचायची जाम आवड, म्हणून मीही त्यात सहभागी झाले. पण इथे एका स्वतःला जास्तच हुशार समजणाऱ्या पोराने वैताग आणला होता. कोरिओग्राफरला मी मराठी गाणं सुचवलं.

“इट विल नॉट वर्क. नोवन अंडरस्टँड्स मराठी हिअर. सो ओन्ली तेलगू सॉग्स प्लिज.” तो अतिशहाणा मुलगा म्हणाला.

“म्युझिक अँड डान्स इज नॉट अबाऊट लँगवेज. इट्स अबाऊट फीलिंग्स अँड एन्जॉयमेंट्स. आय लाईक सम तेलगू सॉग्स इव्हन दो, आय डोन्ट अंडरस्टँड अ सिंगल वर्ड.”

“बट व्हाय मराठी? तेलगू में बहोत सारे अच्छे गाने पडे है डान्स करने के लिये..”

खूप वेळ चाललेल्या वादविवादानंतर कोरिओग्राफरने आम्हाला शांत केलं,

“मुझे वृंदा का आयडिया पसंद आया. वी विल डू फ्युजन ऑफ मराठी अँड तेलगू सॉग्स.”

मी त्या स्वतःला जास्तच हुशार समजणाऱ्या मुलाला माझी विंनिंग स्माईल दिली. तेवढ्यात माझ्या मैत्रिणीचा, रियाचा फोन आला, काय सुरु आहे? वगैरे गप्पा चालू झाल्या.

मी तिला डान्सबद्दल सांगायला लागले, "काही नाही गं, इथे एक बावळट मुलगा आहे जो स्वतःला अतिशहाणा समजतोय." असं म्हणून मी सगळं तिला सांगितलं.

"हो गं, तो समोरच उभा आहे पण त्याला कुठे कळतं मराठी? दुसरी भाषा असलेल्या राज्यात राहण्याचा फायदा आज मला कळतोय. मी त्याच्या तोंडावर त्याला शिव्या पण मारू शकते." आणि आम्ही दोघीही फिदी फिदी हसायला लागलो.

शेवटी गाणी फायनल झाली, 'ढगाला लागली कळ' आणि दुसरं होतं 'आ अन्टे अमलापुरम'.

जातांना मला त्याच मुलाने मागून हाक मारली, "वृंदा." मी मागे वळून बघितलं.

तो माझ्याकडे चालत आला आणि म्हणाला, "मला मराठी कलता."

मी माझी जीभच चावली. मला काय बोलावे सुचलंच नाही.

तोच पुढे म्हणाला, "बाय द वे, या अतिशहाणा, बावलात मुलाचं नाव माधवन आहे."

मी भांबावल्यासारखी तिथून कशीबशी निघाले आणि तो तिथेच उभा राहिला.

नंतर कळलं की, हा माधवन मुंबईत वाढलेला, गर्भश्रीमंत घराण्यातला. कुटुंब सर्व मुंबईतच स्थायिक झालेलं.

डान्सची प्रॅक्टिस सुरु झाली. सगळ्या ग्रुपमधे, त्यातल्या त्यात तो आणि मीच बरे नाचत होतो म्हणून मध्यात आमचीच जोडी होती. आता तर काय? त्याला मला त्रास द्यायची पूर्ण संधी मिळाली होती.

मुद्दाम ज्या स्टेपमधे मला त्याच्या खांद्यावर हात ठेवावे लागायचे तिथे तो झुकत नव्हता. माझी उंची कमी असल्यामुळे मी काहीच करू शकत नव्हते.

मग मी पण मुद्दाम त्याला कन्फ्युज करायला सुरुवात केली. कधी चुकीच्या ठिकाणी चुकीच्या स्टेप्स, तर कधी विसरल्याचं नाटक. असा हा टॉम अँड जेरीचा खेळ रंगला होता, पण मजा यायला लागली होती एकमेकांना चिडवण्यात.

एकदाचा डान्स पार पडला. सगळ्यांना खूप आवडला, पण का माहिती नाही मी उदास होते; असं वाटलं ही प्रॅक्टिस कधीच थांबू नये, ही मजा कधीच संपू नये.

परत तेच रुटीन सुरु झालं. दोन दिवसानंतर रात्री माझ्या मोबाईलवर मेसेज आला,

"हाय! इट्स मी माधवन. क्या मैं तुम्हे मेसेज कर सकता हूं?"

"यस. तुमने अच्छा डान्स किया आज." मी टाईप केलं.

रिप्लाय आला, "यू टू. यू वेअर लूकिंग स्टनिंग टुडे इन महाराष्ट्रीयन ड्रेस."

आता मी त्याला मला तुझा लुंगीतला अवतार आवडला असं अजिबात म्हणू शकत नव्हते म्हणून मी फक्त "थँक्स" एवढाच रिप्लाय केला.

थोड्यावेळाने, "यू नो व्हॉट? यू इरिटेटेड मी अ लॉट, बट स्टील आय एम मिसिंग अवर डान्स प्रॅक्टिस." तो म्हणाला.

"सेम हिअर." मी लिहिलं.

"कॅन वी बीकम फ्रेंड्स?"

"ऑफ कोर्स."

खरंतर आम्ही ती डान्स प्रॅक्टिस नाही तर एकमेकांना मिस करत होतो, पण असं डायरेक्ट बोलायला दोघेही घाबरत होतो. अश्याच मग भेटीगाठी वाढत गेल्या, मग रात्रीचे कॉल्स सुरु झाले.

ते दिवस असे होते की मला त्याच्याशिवाय दुसरं काही सुचतंच नव्हतं. जणू काही त्याने मला मोहिनीच घातली होती. सकाळी उठल्यापासून रात्री झोपेपर्यंत नुसता त्याचाच विचार. असं वाटायचं सतत तो आपल्यासोबत असावा.

काही दिवसांनी माझ्या थोड्या ओळखीच्या मैत्रिणी झाल्या आणि आम्ही दुसरं घर शोधायला सुरुवात केली. छोट्या छोट्या गोष्टीसाठी मी त्यालाच फोन करून विचारायला लागले.

खरं तर मी कामानिमित्ताने त्याच्याशी बोलण्याचे बहाणे शोधतं होते. "हे कुठे मिळेल, ते कुठे मिळेल?" असे वारंवार कॉल्स करून त्याला त्रास द्यायचे. एकदाची शिफ्टिंग झाली, मी त्याला सगळं आवरून मेसेज

टाकला,

"थँक्स अ लॉट.यू हॅव बीकम हेल्पलाईन इन हैदराबाद.:)"

"माय प्लेजर अँड यू हॅव बीकम माय लाईफलाईन."

लगेच आलेला त्याचा छोटासा मेसेज बरंच काही सांगून केला. मी तो मेसेज कमीत कमी शंभरदा तरी वाचून काढला असेल.

एकदा अचानक मी खूप आजारी पडले, तापाने फणफणत होते, रूममेट्स गावाला गेलेल्या होत्या, त्यामुळे एकटीच होते. तोच मला डॉक्टरकडे घेऊन गेला.

"तुमने कुछ खाया है?"

मी मानेनेच नकार दिला.

"बेवकूफ लडकी, चलो मेरे साथ."आम्ही एका खूप भव्य इमारतीत आलो, लिफ्टमधे त्याने आठव्या मजल्याचं बटन दाबलं.

"कुणाकडे जातोय आपण?" तो काहीच बोलला नाही. एका फ्लॅटचं दार त्याने उघडलं आणि दोन्ही हात पसरवून म्हणाला, "वेलकम टू माय पॅलेस."

मी हसले. राजवाडाचं होता तो खरा, पण तिथे अजून "स्वच्छ भारत अभियान" काही पोहोचलेलं नव्हतं. जिकडे पाहावे तिकडे नुसता कपड्यांचा आणि पुस्तकांचा ढीग, कोणतीच वस्तू जागेवर नाही.

किचनचं सामान बेडरूममधे तर बेडरूमचं हॉलमधे. तो फ्लॅट त्याच्या बाबांचा होता आणि हा तिथे एकटाच राहत होता.

त्याने मला झोपायला जागा करून दिली आणि सक्त ताकीदही दिली की माझ्या फ्लॅटवर कुणीही नसल्यामुळे बरं वाटेपर्यंत मी इथेच राहायचं. प्रेमानं दिलेली ताकीदही किती गोड वाटते, नाही का?

त्याने माझ्यासाठी पूर्ण स्वयंपाक बनवला, मला औषध दिलं आणि उठून जायला निघाला तेवढ्यात मी त्याचा हात पकडला, "मला झोप नाही येत आहे."

"मला लोरी नाही येत, बच्चू." तो हसत म्हणाला.

"वेट अ मिनिट. आय विल शो यु समथिंग."

आणि एक भला मोठा अल्बम घेऊन आला. त्यातले फोटो दाखवताना मस्त हसत हसत प्रत्येक फोटो मागचा किस्सा सांगत होता.

मी अधूनमधून त्याच्या चेहऱ्याकडे बघत होते. तो आठवणींमध्ये रमला होता.

त्याच्या डोळ्यांत एक वेगळीच चमक आणि आनंद होता. त्याच्या बालपणीचे सगळे फोटो बघून माझे डोळे भरून आले.

त्याने माझ्याकडे बघितलं आणि विचारलं, “क्या हुआ? व्हाय आर यु क्राईन्ग?”

मी डोळे पुसत म्हणाले, “काही नाही, असंच.”

त्याने अल्बम खाली ठेवला, “टेल मी.” मी थोडावेळ गप्प होते, तो माझ्याकडे बघत मी काहीतरी बोलेल ह्याची वाट बघत होता.

“मी लहान असताना, म्हणजे मला आठवत पण नाही ते कसे होते? तेव्हा माझे आई बाबा एका अपघातात गेले. काका-काकूंनी वाढवलं, पण त्यांना माझ्याशी एवढी अटॅचमेंट नव्हती.

त्यांनी मला थोडी मोठी झाल्यापासून होस्टेल मध्ये ठेवलं. तू ह्या फोटोमध्ये त्यांच्या मांडीवर,अंगाखांद्यावर खेळतो आहेस, हे मी कधीच अनुभवलं नाही, म्हणून.” आणि मी परत रडायला लागले.

त्याने माझे डोळे पुसले, मला उचलून त्याच्या मांडीवर घेतले, “रो मत बच्चू, मी आहे ना.”

तो माझ्या आयुष्यातला सगळ्यात आनंदाचा क्षण होता. असं वाटलं मला माझं घर, माझी सगळी नाती परत मिळाली. मी त्याच्या खांद्यावर डोकं ठेवून विसावले आणि तो मला थोपटतं होता.

त्या स्पर्शात कुठलीही वासना नव्हती, फक्त निखळ प्रेम आणि माया होती. त्याच्या कुशीत मी कधी झोपी गेले कळलंच नाही.

दुसऱ्या दिवशी उठले, तर साहेब आधीच उठून तयार. नुकतीच अंघोळ केलेली, ऑफिसला जायची तयारी पण झालेली. फॉर्मल कपडे आणि डिओचा गंध, तो एकदम फ्रेश दिसत होता. मी मात्र माझ्या गबाळ्या अवतारात.

“गुड मॉर्निंग बच्चू. हाऊ आर यु फीलिंग नाऊ?”

“बेटर.” मी केस व्यवस्थित करत म्हणाले.

“चलो, नाश्ता करते है और उसके बाद तुम्हे कुछ दिखाना है.” त्याच्या चेहऱ्यावर तीच खट्याळ स्माईल होती.

नाश्ता झाल्यावर त्याने त्याचा हॅन्डीकॅम मला दाखवला, "देखो, कल कौन खर्राटे मार रहा था?" आणि गदागदा हसायला लागला. त्याने चक्क मी झोपल्यावर माझा विडिओ काढला होता आणि तोही घोरताना.

"डिलीट इट."

"नो. आय विल शो धीस टू युअर फ्रेंड्स."

मी त्याच्या हातातून हॅन्डीकॅम घ्यायला गेले पण तो पळायला लागला. मी पण धावायला लागले आणि ओरडायला पण "प्लीज डिलीट इट. प्लीज..प्लीज..प्लीज.."

पण तो एक ऐकायला तयार नव्हता. आम्ही लहान मुलांसारखे ह्या रूममधून त्या रूममधे धावत होतो. कधी सोफ्यावर, कधी टेबलवर, तो माझी पूर्ण मजा घेत हसत हसत मला त्याच्या मागे धावायला भाग पाडत होता.

तो बेडवर चढला. मी ही चढले, पण तो लगेच उतरला. मी बेडवरून त्याच्या अंगावर उडी मारली आणि एखादं माकड जसं झाडाला जाऊन बिलगत तशी जाऊन बिलगले. माझे दोन्ही हात त्याच्या गळ्याभोवती, पाय त्याच्या कमरेभोवती आणि दोघांनी एकाच वेळी एकमेकांच्या डोळ्यात बघितलं.

दोघेही अचानक शांत झालो. मला काय करावे सुचेना आणि तेवढ्यात त्याने माझ्या ओठांवर त्याचे ओठ टेकवले. मी लाजून त्याच्या खांद्यावर डोके ठेवले. ती मला आतापर्यंत मिळालेली सगळ्यात सुंदर भेट होती. कधीही न विसरता येऊ शकणारी.

अशा एकांताच्या क्षणी असं वाटायचं त्याच्या मिठीतच मी विरघळून जावे, मी 'मी' न राहावे, त्याचाच एक भाग बनून जावे. दिवस रात्र तो माझ्यासोबत राहावा.

तो सोडायला आला की घर कधीच येऊ नये, असं वाटायचं. सगळीकडे तोच दिसायचा. जणू काही मी श्वासही त्याचाच घेत होते.

ह्या स्वप्नातून जाग आली तेव्हा, जेव्हा त्याच्या बाबांनी मला नाकारले. स्टेटसचा तर फरक होताच पण जातीचाही. मी खालच्या जातीची म्हणून त्यांनी साफ नकार दिला.

माधवनने खूप समजावण्याचा प्रयत्न केला त्यांना. भांडलाही माझ्यासाठी पण सगळं निरुपयोगी. उलट त्यांनीच ह्याला धमकी दिली की जर त्याने माझ्याशी लग्न केलं तर, त्याच्या घरच्यांचे आणि त्याचे संबंध कायमचे संपले असं समज. परत ते त्याचं तोंडही पाहणार नाहीत.

माधवनची अवस्था अडकित्यात सापडलेल्या सुपारीसारखी झाली होती. एकीकडे घरचे तर एकीकडे मी.

त्याने शेवटी “मला प्लीज समजून घे.” असं म्हणून माझा त्याग केला.

ब्रेकअप मी खूप वाईटरित्या हाताळले. त्याला कितीदा फोन करायचे, रडायचे, ऑफिसमधे पण तमाशा करायचे. आधी मला ज्या फिल्मी डायलॉग्स वर हसू यायचं, “मै तुम्हारे बिना जी नहीं सकती.” वगैरे. त्याच प्रकारच्या फिल्मी लाईन्सचे मेसेज पाठवत होते. त्याला त्याच कंपनीत राहणं अशक्य झालं आणि त्याने दुसरीकडे जॉब शोधला. मला काहीही सांगितलं नाही.

एके दिवशी त्याचा स्वतःहून मेसेज आला, “आय एम गोइंग टू युसए टूनाईट. प्लीज ट्राय टू फर्गेट मी.”

मी मेसेज बघताच रडायला लागले. घरच्याच कपड्यांमध्ये पर्स घेऊन ऑटोने एअरपोर्टकडे निघाले. सगळ्या गेट्सकडे बघत धावत सुटले. मला एकदा शेवटचं त्याला बघायचं होतं. शेवटी एका गेट वर तो उभा दिसला. मी त्याच्याजवळ गेले. आम्ही दोघेही काहीच बोललो नाही.

थोड्यावेळाने त्याने माझ्या चेहरा त्याच्या दोन्ही हातात पकडून, माझ्या कपाळावर त्याचे ओठ टेकवले आणि निघून गेला. परत वळून पण बघितले नाही. माझ्या डोळ्यांतून अश्रू वाहायला लागले.

आई बाबा गेले तेव्हा खूप लहान होते, तेव्हा काही कळत नव्हते. पण त्या दिवशी मला खरोखर अनाथ झाल्यासारखे वाटले. माझं घर कुणीतरी माझ्यापासून हिरावून घेतलंय असे वाटले. माझा देव माझ्यावर रुसून चाललाय असे वाटले.

एखादी प्रिय व्यक्ती आपल्या आयुष्यातून निघून गेली तर आपण मरत नाही पण जगणं नक्कीच सोडून देतो. तो निघून गेला आणि मी खूप एकाकी झाले.

म्हणायला बरेच जण ओळखीचे झाले होते त्या दोन वर्षात, पण मन कुठेच रमत नव्हतं. असं वाटायचं की, कुणाच्या तरी मांडीत डोकं खुपसून अगदी डोळे सुजेपर्यंत रडावं आणि मन हलकं करून घ्यावं, पण असा तोच एक होता जो काहीही न विचारता माझं दुःख समजून घेऊ शकत होता.

बरं रडायचं असलं की, लोक सुखाने रडू सुध्दा देत नाहीत, हजार प्रश्न आणि हजार सल्ले. म्हणून मी बाथरूममधे नळ सुरु करून रडायचे.

एकही क्षण असा आला नाही की, मला त्याचा विसर पडला असेल. एकही दिवस असा गेला नाही की, ज्या दिवशी मी रडले नसेल. कधी डोळ्यांतून रडायचे तर कधी मनातून. पण रडायचे हे नक्की.

त्याने किती सहज साथ सोडली होती माझी. दहा वर्षात कधीही कॉन्टॅक्ट करण्याचा प्रयत्नही केला नाही. आताही त्या दिवशी मी स्वतःहून पिंग नसतं केलं तर कदाचित त्यानेही केलं नसतंच. असं मला का जमत नाही?

कधी कधी खूप राग यायचा स्वतःचा. तो नसतांनाही मी जगतंच होते ना! मग आता का नाही?

असं का असतं की ज्या व्यक्तीवर आपलं खूप प्रेम असतं, जी व्यक्ती आपल्याला आयुष्यातले सगळ्यात सुखद क्षण देते; तीच व्यक्ती आपल्याला सगळ्यात जास्त दुखावुनही जाते? पण काही प्रश्नांची उत्तरे कधीच सापडत नाहीत.

असं वाटलं हैदराबाद सोडून देऊ त्याने कदाचित हे सगळं बंद होईल आणि पुण्यात आले, पण काही केल्या तो मनातून गेला नाही. मला कौतुक वाटायचं त्या सगळ्या लोकांचं जे मूव्ह ऑन करू शकतात. मी नाही करू शकले.

पण आता त्याच्या परत येण्याने, मी मोहरून गेले होते आधीसारखीच. रोज लंच ब्रेकची आतुरतेने वाट पाहायला लागले त्याला एकदा बघण्यासाठी. प्रत्येक वेळी चांगला ड्रेस घालायचे. सकाळी आरश्यासमोर जरा जास्त वेळ घालवू लागले. नटण्याची मला एवढी आवड नसूनही बॅगमधे लिपस्टिक वगैरे बाळगू लागले.

पस्तिशीतली मी, एखाद्या नुकत्याच वयात आलेल्या, नुकत्याच वयात आलेल्या मुलीसारखी वागत होते. तो समोर आला की मी दोन भागात विभागले जायचे. शरीराने अगदी एखाद्या प्रौढ स्त्रीसारखी वागायचे आणि मनाने मात्र एखाद्या अल्लड मुलीसारखी.

माझ्यात मी लपवलेली ही अल्लड, मनमौजी, स्वच्छंदी मुलगी त्याच्याभोवती गोल गोल गिरक्या घेत फेर धरुन नाचायची. त्याच्या कमरेभोवती हात टाकून अगदी आधीप्रमाणे फिरायची. त्याच्या खांद्यावर दोन्ही हात घट्ट पकडून, लटकून त्याच्या गालावर मुका घ्यायची.

ह्या सगळ्या कल्पना डोळ्यांसमोर आल्या की ओठांवर हसू यायचं आणि मग तो विचारायचा, "क्या हुआ? व्हाय आर यू स्मायलींग?" मी हसूनच विषय टाळायचे. त्याला काय सांगणार माझा मूर्खपणा.

आम्ही असे बरेच दिवस भेटलो. मला भेटल्यावर त्याने कितीही प्रयत्न केला, तरी त्याच्या त्याच्या चेहऱ्यावरचा आनंद त्याला लपवता येत नव्हता.

एकमेकांना स्पर्श करण्याची ओढ दोघांच्याही डोळ्यांतून दिसायला लागली होती. व्यक्तींमधलं अंतर जरी वाढलं असलं तरीही प्रेम कधीच संपत नाही बहुतेक.

आपण मनाला आवर घालून ते शब्दांतून व्यक्त करणं बंद करू शकतो, पण आपल्या कृतीतून आणि डोळ्यांतून ते व्यक्त होतंच आणि ते ज्या व्यक्तीसाठी असतं ते त्यालाही पूर्ण कळतं.

एकदा तो मला लंच ब्रेकवरून ऑफिसमधे त्याच्या कारमधून सोडायला आला. मी त्याच्या बाजूच्या सीट वर बसले होते. अधून मधून तिरप्या नजरेने त्याचा चेहरा मी न्याहाळत होते.

गाडी चालवत असल्यामुळे त्याच लक्ष पूर्ण रस्त्यावर होतं. त्याचे लोभस डोळे, धनुष्याचा आकाराचा त्याचा वरचा ओठ, त्यावर अधूनमधून माझ्याशी बोलताना आलेली गोड स्माईल, मधेच माझ्याकडे त्याने टाकलेला कटाक्ष आणि तोच डिओचा दरवळणारा सुगंध.

हे सर्व बघून माझ्या डोक्यात आपोआप गाणं वाजायला लागलं, “इशारों इशारों में दिल लेने वाले.. बता ये हुनर तूने सीख़ा कहाँ से..” असं वाटलं हे गाणं मोठ्याने म्हणावं पण मी स्वतःला आवरलं.

तेवढ्यात ऑफिस आलं आणि त्याने माझ्याकडे बघितलं. माझ्या ह्या विचारांनी माझ्या गालावर आलेली लाली बघून तो म्हणाला, “क्या हुआ, मॅडम?”

त्याचा तो मोहिनी घालणारा चेहरा आणि माझ्याकडे बघण्याची तऱ्हा बघून मला मोह आवरता आला नाही आणि मी त्याच्याकडे झुकले आणि दुसऱ्याच क्षणी त्याच्या गालावर किस करून गाडीतून पटकन उतरले आणि सरळ ऑफिसच्या वाटेने चालत गेले मागे वळून न बघता.

ऑफिसमध्ये आल्यावरही मी भानावर न असल्यासारखेच होते. हे मी काय वागले?, मी असं नव्हतं करायला?, मला वेड लागलंय की काय? असे सगळे प्रश्न डोक्यात यायला लागले.

तेवढ्यात त्याचा मेसेज मोबाईलवर आला,

“वो क्या था?” मी काहीच रिप्लाय केला नाही. मला स्वतःचीच खूप लाज वाटली.

थोड्यावेळाने परत त्याचा मेसेज आला, “आय लाइक्ड इट, बच्चू :).”

त्याच्या मेसेजने मी गालातल्या गालात हसायला लागले.

तेवढ्यात मागून मिताली आली आणि माझ्या खांद्यावर हात ठेवून म्हणाली, “काय वृंदा? आजकाल खूप खुश दिसतेस. नवरा सकाळी सकाळी मिठीतून सोडत नाही वाटतं?”

मितालीच्या त्या वाक्याने मी भानावर आले. हे मी काय करत होते? मी इतकी स्वार्थी कशी होऊ शकते की, मी एक विवाहित स्त्री आहे, ह्याचाही मला विसर पडावा.

त्यानंतर मी दोन तीन दिवस त्याला भेटायचे टाळले पण मन लागत नव्हतं. मोह आवरता येत नव्हता.

एके दिवशी त्याचाच मेसेज आला, “आय थिंक वी शुड स्पेंड सम टाइम टुगेदर? क्या तुम कल छुट्टी ले सकती हो?”

प्रेम हे आंधळचं नाही तर मंदबुद्धी पण असतं. प्रेमात डोकं काम करणं बंद करतं आणि हृदय जे म्हणेल त्याप्रमाणेच आपण वागायला

लागतो. बरोबर की चूक हे सगळं आपण विसरतो. फक्त प्रेमात हरवतो.

मी त्याला त्याच्या घरी भेटायला तयार झाले. त्याची बायको गावाला गेलेली होती. मी नवऱ्याला बरं वाटत नाही, असं सांगून घरीच थांबले आणि तो ऑफिसमधे गेला. माधवनला ज्या शिकेकाई शाम्पूचा सुगंध आवडायचा त्याने केस धुतले.

त्यानेच दिलेली साऊथ इंडियन सिल्क ची सोनेरी काठ असलेली पांढरी साडी, जी इतके दिवस जपून ठेवली होती ती कपाटातून बाहेर काढली.

साडी नेसून तयार झाले. गळ्यात मोत्याची कंठी घातली. पूर्ण नटून कॅबने त्याने सांगितलेल्या पत्त्यावर जायला निघाले.

पण कॅबमध्ये बसल्यावर मी खुश नव्हते. मनाला एक वेगळीच हुरहूर लागली होती. मी तर आनंदी असायला पाहिजे, मग?

मनात विचार आला "हे काय करते आहेस तू वृंदा? कुठल्या दिशेने वाहते आहेस? त्याला एकदा गमावल्यावर कसं तरी स्वतःला सावरून इथपर्यंत आली आहेस आणि परत तिकडेच वळायला चालली आहेस? त्याला तू कधीच पूर्णपणे मिळवू शकत नाहीस आणि तो तुला. एकदा ह्या रस्त्यावर चालायला लागल्यावर मागे वळू शकशील का? परत एकदा त्याला गमावण्याचं दुःख सहन करण्याची शक्ती आहे का तुझ्यात?, सावर स्वतःला आणि मागे फिर."

पण मी थांबले नाही, मी त्याच्या घरी पोहोचले. दाराची बेल वाजवली.

तो दार उघडून क्षणभर माझ्याकडे बघतच राहिला, साडी त्यानेच दिलेली होती हे त्याच्या लगेच लक्षात आलं. तो काही बोलला नाही, पण त्याला मी साडीत आवडले, हे त्याच्या नजरेतून स्पष्ट दिसत होतं.

माझ्या आवडीची जुनी गाणी त्याने लॅपटॉपवर लावली होती. मला बसायचं सांगून तो किचनमधे पाणी आणायला गेला.

मीही त्याच्या मागोमाग गेले आणि त्याला पाठीमागून जाऊन बिलगले.

जे मनात इतक्या वर्षांचं दुःख साचलं होतं त्याला बाहेर निघायला जास्त वेळ लागला नाही. माझ्या भावनांचा बांध तुटला आणि डोळ्यांतून

ओसंडून वाहायला लागला.

त्याने माझे हात पकडून बाजूला केले आणि वळून मला त्याच्या मिठीत घेतले. आजही त्याला न बोलता माझ्या मनातली सगळी घालमेल कळली होती.

मागून गाणं चालूच होतं, "जी में आता है तेरे दामन में सर छुपा के हम रोते रहें, रोते रहें.. तेरी भी आँखों में आंसुओं की नमी तो नहीं.." आणि माझं रडणंही.

आम्ही आता कधीही एकत्र येऊ शकणार नव्हतो. मनाने कितीही जवळ भासत असलो तरी वेगवेगळ्या वाटांवर चालून खूप लांब गेलो होतो, आकाश आणि समुद्रासारखे.

क्षितिजावर वाटतं की, आकाश आणि समुद्र भेटलेत, एक झालेत पण अंतर कमी झालेलं नसतं. ते कधीही कमी होऊ शकणार नसतं. ते कधीच एकत्र येऊ शकणार नसतात. तसंच आमचं झालं होतं.

आयुष्यरूपी वाळवंटात आम्ही एकमेकांना दिसणाऱ्या मृगजळासारखे झालो होतो. ते दिसत होतं, आम्ही पाठलागही करत होतो, पण हाती कधीच लागणार नव्हतं.

त्याच्या त्या शेवटच्या मिठीत, त्या क्षितीजाच्या क्षणी मला असं वाटलं, तो क्षण कधीही संपू नये. तो माझ्या आयुष्यातला अखेरचा क्षण असावा. त्याच्या मिठीतच मी अखेरचा श्वास घ्यावा.

काही गोष्टी कधीच संपत नाहीत. त्या अपूर्णच राहतात.

12

गुलाम

मी एक लेखक.

लेखनाची मला आवडच नाही तर नशा आहे.. नशा. कारण इथे नायकही मीच, नायिकाही मीच, त्यांना नाचवणारा आणि ह्या प्रत्येक व्यक्तिरेखेचं भाग्य ठरवणारा विधाता ही मीच. खऱ्या आयुष्यासारखं, इथे मला देवावर किंवा नशिबावर अवलंबून राहावं लागत नाही. माझ्या कथेत सर्व गोष्टी माझ्या ताब्यात असतात.

नशा फक्त मला लिहिण्याचीच नाही. असं म्हटलं तरी चालेल की जगातली सगळीच व्यसनं मी करून चुकलोय. बाई आणि बाटलीशिवाय एकही दिवस राहू न शकणारा असा मी. बायको कधीचीच सोडून गेली होती. तिनेही का राहावं, माझ्यासारख्या बाहेरख्याली माणसासोबत?

लेखनातून एवढे पैसे मिळत नव्हते तर, बापाने कमावलेले पैसे उडवत होतो ऐय्याशीवर. थोडक्यात मी एका श्रीमंत बापाचा बिघडलेला मुलगा.

त्या काही दिवसांत बाई म्हटलं की फक्त तीच डोळ्यांसमोर यायची.

सावळा पण तेजस्वी वर्ण, त्यावर उठून दिसणारे सोनेरी दागिने, सुडौल बांधा. अजिंठा वेरूळच्या लेण्यामध्ये कोरलेल्या रेखीव मूर्तीप्रमाणेच दिसायची ती.

तुम्ही हल्लीची मुलं काय ते म्हणता ना, ३६-२४-३६ अगदी तशीच होती तिची काया. कमरेपर्यंत लांबसडक काळेभोर केस आणि नाजूक

पायात छुनछुन वाजणारे जाड पैंजण. ह्या देह व्यापारात ती कशी आली हे मी तिला कधीच विचारलं नाही.

कुठल्याही स्त्रीसोबत फक्त शारीरिक नातं ठेवायचं, भावना जुळू द्यायच्या नाहीत; हा माझ्या आयुष्यातला सगळ्यात महत्वाचा नियम. प्रेम वगैरे फालतू गोष्टी असतात. आधी खूप सुख देतात मग त्याच्या कितीतरी पट दु:ख देतात. बऱ्याच लोकांना ह्या प्रेमापायी मी आयुष्यभर रडतांना बघितलंय.

हल्ली कितीतरी महिन्यांपासून माझा रात्रीचा मुक्काम हिच्याच खोलीवर असायचा. आरश्यासमोर उभी राहून कुठलंतरी गाणं गुणगुणत केस विंचरत ती पाठमोरी उभी होती. साध्या सुती साडीतही किती मोहक दिसत होती ती!

माझी नजर एका क्षणही तिच्यावरून हटत नव्हती. काय ते विलक्षण लावण्य! माझा मित्र सदा एकदा बोलता बोलता बोलून गेला होता, त्याचे ते शब्द मला हिला बघून आठवायला लागले,

"काहीही म्हण श्याम्या, देवाने मानवसृष्टी निर्माण करण्याची सुरुवात बाईपासूनच केली असावी. आधी तो शांततेनं, विचारपूर्वक, आपली सगळी कला पणाला लावून स्त्रीला आकार देत बसला असेल. तिला घडवताना त्याने आपल्या कल्पनेची उधळण केली असावी, प्रत्येक गोष्ट कशी प्रमाणबद्ध आणि नाजूक.

मग जेव्हा पुरुष बनवायला घेतला असेल तेव्हा तो थकला असेल, कंटाळलेला असेल आणि कदाचित त्याची डेडलाईन ही जवळ आली असावी. मग त्याने कसातरी चौकोनी आकार बनवला पुरुष म्हणून." सदाच्या विचाराने मी नकळतच हसलो.

ती माझ्याकडे वळून बघत म्हणाली,

"काय झालं?"

"काही नाही. केस मोकळे ठेव."

"का?"

"मी म्हणतोय म्हणून." बायकांना हीच खूप वाईट सवय असते. नको त्या वेळी, नको ते प्रश्न विचारतात. जे सांगतोय ते करायचं ना गुपचूप.

तिने हातातला कंगवा खाली ठेवून पेग बनवायला घेतला. तिच्या त्या मंत्रमुग्ध करणाऱ्या हालचाली बघण्यात मी गुंग झालो. तिने ग्लास माझ्यासमोर ठेवला नि मी तिचा हात धरून तिला माझ्याजवळ खेचलं.

"गाणं ऐकलंस ना? गा मग आता." मी नेहमीप्रमाणे आपल्या मालकी आवाजात म्हणालो.

ती हसायला लागली.

"म्हणं म्हटलं ना. हसण्यासारखं काय आहे त्यात?"

"मला न्हाय जमायचं गाणंबिणं."

"का नाही? सारखी काही ना काही गुणगुणत असतेस."

"ते असंच काहीतरी. पण शिनेमातले न्हाय जमणार."

तिच्याकडून होकार कसा काढून घ्यायचा, हे मला चांगलंच माहिती होतं; म्हणून मी रागाचा आव आणत म्हणालो, "म्हण नाहीतर हा मी निघालो." मी उठलो आणि दार उघडू लागलो.

तेवढ्यात मागून सुरमयी आवाज आला,

"मलमली तारुण्य माझे.. तू पहाटे पांघरावे.. मोकळ्या केसांत माझ्या तू जीवाला गुंतवावे.."

माझे पाय परत आपोआप वळायला लागले; त्या सुरांच्या मैफिलीकडे. त्या सौंदर्याच्या आणि सुरांच्या संगमाच्या प्रवाहात मी भान हरवून वाहवत जात होतो.

असं दररोज चालायचं. ह्या बाईच्या लावण्याने आणि गाण्याने मला वेड लावलं होतं. मी रोजच तिच्याजवळ पडून राहायचो. सदा पण बऱ्याचदा तिच्याकडेच मला शोधत यायचा.

नेहमीप्रमाणे त्या दिवशीही मी तिच्याकडे पित बसलो होतो.

"पेग बनव." मी रिकामा ग्लास पुढे करत म्हणालो.

"साहेब, काहीतरी खाऊन घ्या. उलटी केली तुमी. दारू पिऊ नका आता." ती काळजीच्या स्वरात म्हणाली.

"एकदा सांगितलेलं कळत नाही? पेग बनव." मी रागात किंचाळलो.

"नाही. पहिले भाकरी खाऊन घ्या." आता मात्र माझा राग अनावर झाला. वेळेवर मिळाली नाही तर माझं डोकं सटकायला लागतं. हातातली सिगारेट खाली फेकून मी तिच्यावर धावून गेलो,

"तू फक्त एक रंडी आहेस. बायको बनण्याचा प्रयत्न करू नकोस. तेवढी तुझी लायकी नाही. हे घे पैसे, हे उचल आणि जेवढं सांगतो तेवढं कर."

मी खिशातील पैशाचं पाकीट तिच्या तोंडावर मारून फेकलं. ती थोडावेळ माझ्याकडे बघतंच राहिली. खाली वाकली आणि पैशाचं पाकीट उचललं.

"माझी लायकी काय हाय? हे मला चांगलं ठाऊक आहे. हे घ्या तुमचे पैसे आणि चालते व्हा इथनं. परत इकडं तुमचं थोबाड दाखवू नका. रंडी असली तरी मी ठरवन इथं कोन येईल आन कोन नाही."

मी रागाने माझ्या हातातील रिकामा ग्लास तिच्या समोर फेकला. त्याचे तुकडे होऊन सगळीकडे पसरले काही तिच्या पायांत रुतले. तिच्याडोळ्यांतून ज्वाळाआणिपाणी,दोन्हीएकाचवेळीओसंडूनवाहत होतं. पण माझ्यासारख्या व्यसनाधीन, हृदयशून्य माणसाला त्याचा अर्थ खूप उशिरा कळला.

खरं तर, मला बाकी बऱ्याच गोष्टींचं व्यसन होतं, पण तिला फक्त एकाच गोष्टीचं व्यसन लागलं होतं ते म्हणजे 'माझं'.

त्या रात्रीपासून आज जवळपास तीन महिने झालेत. मी तिच्याकडे फिरकलो सुद्धा नाही. कोण समजते ती स्वतःला? मला चालते व्हा म्हणाली, मला! त्यानंतर मी दुसऱ्या बायांकडे गेलो पण प्रत्येकवेळी तिचा चेहरा समोर यायचा; डोळ्यांत आग आणि पाणी एकत्र असलेला. का ती माझ्या विचारांतून जात नव्हती?

"साहेब, ताट वाढलं. जेवून घ्या." माझ्या स्वैपाक्याने माझी विचारांची समाधी तोडली.

"ते राहू दे. ग्लास आणि फ्रिजमधली बाटली आण." मी म्हणालो तेवढ्यात सदा दारात उभा दिसला.

"काय करून घेतलं आहेस हे स्वतःचं? अरे दिवस रात्रीचं भान ठेव जरा." सदा नेहमीप्रमाणे मला उपदेश देत हॉलमधे अवतरला. मी नोकराला नजरेनेच 'जे सांगितलं ते कर' असं दर्शवणारा इशारा केला.

"बाईने सांगितलं मला सगळं. आता तिथूनच येतोय, मला वाटलं तिकडेच भेटशील."

"मग?"

"अरे काय चुकीचं बोलली ती? बघ जरा आरश्यात काय अवतार करून घेतला? किती दिवसांपासून जेवला नाहीस? जिवंत सापळा दिसतोय."

"मला भूक लागत नाही आजकाल. अजून काय कान भरले तिने तुझे? मी तिला रंडी म्हणालो हेही सांगितलं असेलच."

"काय?" सदा विजेचा झटका लागल्यागत उत्तरला.

"काय चुकीचं बोललो मी? ती जे आहे तेच बोललो. डोक्यावर बसायला लागली होती. तिला तिची लायकी दाखवली."

"आज खरंच तुला माझा मित्र म्हणवून घेण्याची लाज वाटते, शाम. ती वेश्या आणि तू तिच्याकडे जाणारा कोण रे? तुझ्यासारखे लोक आहेत म्हणूनच तो व्यवसाय सुरु आहे.

तू कुठल्या तोंडाने तिची लायकी काढलीस? तुझा बाप गेला तेव्हा त्याच्या तोंडात पाणी टाकायला सुद्धा तू जागेवर सापडला नाहीस. मी तुला गल्लोगल्ली शोधत होतो. सापडलास तेव्हा शुद्धीवर नव्हतास आणि ती तिने कमावलेला पैसा तो कसाही का असेल ना, स्वतःच्या आईला पाठवत होती. एवढ्यात तिची आई गेल्याचं कळलं."

माझा नोकर तेवढ्यात दारू घेऊन आला म्हणून सदा तो जाईपर्यंत शांत झाला.

"ढोस अजून साल्या. ह्या व्यसनापायी काय काय गमावून बसला आहेस तू आयुष्यातलं. तू निघून आल्यापासून तिने तिच्याकडे कोणालाच येऊ दिले नाही असं कळलं. तिचीच चूक आहे खरं तर. तिने एका दगडाचा देव केलाय. त्याच्यावर जीव ओवाळून टाकलाय. निघतो मी. तू फक्त स्वतःवर प्रेम करू शकतोस, तू कधीच कुणाचा होऊ शकत नाहीस."

सदा पाठमोरा होऊन जात होता आणि अचानक माझं डोकं भिरभिरायला लागलं, पोटात खळबळ व्हायला लागली. बसल्याबसल्याच मी उलटी केली आणि चक्कर येऊन खाली पडलो.

दुसऱ्या दिवशी डोळे उघडले ते थेट हॉस्पिटलमध्ये. डोळे उघडले तेव्हा सगळ्यात आधी सदा डोळ्यांसमोर उभा दिसला. माझा मित्र, तोच

एक राहिला होता आता फक्त माझी काळजी करणारा. रागावला होता माझ्यावर तरीही तो माझ्याजवळ होता.

देवाने आई नंतर कुठलं सगळ्यात अमूल्य नातं दिलं असेल तर ते म्हणजे "मैत्री".

हॉस्पिटलमधून घरी आल्यावर तीन दिवस सदाने मला एकटं सोडलं नाही. घरातली सगळी दारू फेकून दिली आणि बळजबरी जेवायला लावायचा. त्याचं प्रेम पाहून सतत आईची आठवण यायची, मी खूप लहान असताना ती गेली. ह्याची काळजी बघून डोळे भरून यायचे.

तीन दिवसानंतर सदा निघून गेला.

मी बेडरूममधे पडून होतो. डोळे बंद केले आणि तिचा चेहरा डोळ्यांसमोर आला. सदा म्हणाला ते सगळं खरं असेल का? ती माझ्यावर प्रेम करत असेल का? पण मी इतकं घाणेरडं तिच्याबद्दल बोलल्यावरही तिचा जीव माझ्यात गुंतला असेल का?

सदा म्हणाला ते खरं होतं, मी तिची लायकी काढणारा कोण? मीच तिच्या लायकीचा नव्हतो खरं तर. आता ती कदाचित मला माफही करणार नाही जर तिच्याकडे परत गेलो तर. आणि समजा केलंही, तर मी दुःखाशिवाय काय देऊ शकणार होतो? माझ्या आयुष्याचे दिवसच किती उरले होते? मला लिव्हर कॅन्सरने ग्रासलं होतं.

कुणीतरी दारावरची बेल वाजवल्याचा आवाज आला. रात्रीचे नऊ वाजले होते. बाहेर मुसळधार पाऊस सुरु होता. एवढ्या रात्री कोण आलं असेल? नोकराने दार उघडल्याचा आवाज आला. थोड्यावेळाने तो माझ्याकडे आला आणि म्हणाला, "कुणीतरी बाई आहे साहेब, तुम्हासनी भेटायाचं म्हणते."

बाई? तीच तर नसेल?

मी बेडवरून खाली उतरलो आणि चालायला लागलो. दारात तीच उभी होती. नखशिखांत पावसाने ओली झालेली, एवढ्या पावसातही तिच्या डोळ्यांतले अश्रू मी बघू शकत होतो.

तीच हुंदके देत बोलायला लागली, "सदा भाऊंनी सांगितलं मला आजच सगळं. मी सगळं सोडून आली आहे, मला तुमची सेवा करू द्या."

"तू का आलीस इकडे? आल्या पावली परत जा." मी तिच्याशी नजर न मिळवता बोललो.

"आता तुम्ही हाकलून दिलं तरी मी जायाची न्हाय. मला माहित आहे मी तुमच्या लायक न्हाई साहेब. मी तुमची नोकर म्हणून राहील."

हे वाक्य ऐकताच माझ्या डोळ्यातून अश्रू वाहायला लागले. कसं सांगू तुला मी की मीच तुझ्या लायकीचा नाही. भरपूर बोलावसं वाटत होतं, पण तोंडातून शब्द फुटत नव्हते.

सगळ्या भावना डोळ्यांतून अश्रू बनून वाहत होत्या. एका पाषाणाला तिने पाझर फोडला होता. मी तिच्यासमोर गुडघ्यावर जाऊन बसलो आणि तिच्या पायांना हातांचा विळखा घालून, बिलगून रडू लागलो आणि ती माझ्या केसांतून मायेने हात फिरवायला लागली.

त्या क्षणापासून मी माझ्या उरलेल्या आयुष्यासाठी तिचा गुलाम झालो. ही गुलामी, माझ्या आधीच्या आयुष्याच्या स्वातंत्र्यापेक्षा कितीतरी पट सुंदर होती. हवीहवीशी वाटणारी होती.

लोकांनी तिला आणि मलाही सुखाने त्या शहरात जगू नसत दिलं म्हणून आम्ही सगळं सोडून दूर एका गावात येऊन वसलो. माझं ऑपरेशन झालं तरीही पूर्ण बरं होण्याची शक्यता कमीच होती. तिची साथ, तीच प्रेम, तिची काळजी ह्या गोष्टींनी चमत्कार केला आणि मी वयाची साठी गाठली.

शरीराने ती बऱ्याच पुरुषांची झाली होती पण मनाने ती फक्त माझी होती. ती माझ्यासमोर बागेतल्या रोपांना पाणी देत गुणगुणत होती,"स्मरल्या मला न तेव्हा माझ्याच गीतपंक्ती, मग ओळ शेवटाची सुचवून रात्र गेली.."

तिचंही वय झालंय, चेहऱ्यावर सुरकुत्या आल्या आहेत, केस अधून मधून पांढरे झाले आहेत, पण आजही तिच्या केसांत आणि गोड आवाजात माझा जीव गुंतलाय, आधीसारखाच..

13

जन्मले पुन्हा नव्यानं..

"तयारी करा रे लवकर."

असा नानांचा कडक आवाज येताच सगळे सैरावैरा पळायला लागले. मी लगेच आंघोळीला गेले. आधी सारं अंग खापराने घासलं मग फसाफसा लक्स साबण पूर्ण अंगावर घासला.

सगळ्या हिरोईनी हाच साबण वापरतात असं टीव्हीवर बघितलं होतं. पण मी बऱ्याच दिवस वापरूनही माझ्यात काही फरक दिसत नव्हता, म्हणून म्हटलं आज खूप फेस करायचा.

नंतर एक जपून ठेवलेला ड्रेस घातला आणि आरश्यात बघून भांग काढून चेहऱ्यावर जेवढे फासता येईल तेवढे पावडर फासले.

मी श्यामल, तेव्हा पाच वर्षांची असेल. मी खूप सावळी म्हणजे जवळपास काळीच होते.

नेहमीप्रमाणे त्यादिवशी आमच्या आश्रमात एक जोडपं मूल दत्तक घ्यायला येणार होतं; म्हणून हा सगळा खटाटोप, गोरं आणि सुंदर दिसण्याचा. मी आसुसले होते आईसाठी, हक्काच्या घरासाठी.

सगळ्यांना सुंदर आणि गोरीगोमटी मुलं आवडायची. मला मात्र आजपर्यंत कुणीच निवडलं नव्हतं.

मी परत एकदा आरश्यात बघून थोडं पावडर अजून लावलं. आरश्यासमोर मान उंच करून, नाकपुड्या फुगवून मेकूड दिसते का? ते पाहिले नि देवाजवळ प्रार्थना केली, "कृष्णा, आज तरी मला आई मिळू दे. तुला पार्ले-जीचा पुडा देईन."

गाडीचा आवाज आला. त्यातून दोघे जण, नवरा बायको उतरले. ती दोघं आत आल्यावर आम्ही सगळे रांगेत उभे झालो.

भिकारी जसे भिकेसाठी मंदिराबाहेर रांगेत बसतात तशीच आमची गत होती. खरंच ती बाई छान दिसत होती.

'देवा हिने मलाच निवडू दे. हिलाच माझी आई कर.' असा धावा मी मनातल्या मनात करत होते. पण त्या दोघांनी माझ्याकडे लक्षच दिलं नाही; म्हणून मी चार मुलं सोडून अजून पुढे जाऊन उभी राहिले.

नानांनी माझ्याकडे तेव्हा डोळे वटारुन बघितले. ते दोघे माझ्या बाजूच्या पिंकीसोबत बोलू लागले. पिंकी नावाप्रमाणेच गुलाबी गालांची गोड मुलगी. स्वतःला खूप आवरण्याचा प्रयत्न करूनही माझ्या डोळ्यांतून अश्रू ओघळू लागले. माझ्याकडून उभंही राहणं होत नव्हतं, म्हणून मी तिथून पळून आले.

आरश्यात बघितले, अश्रूंमुळे चेहऱ्यावर पावडरचे ओघळ उमटले होते. मी सुंदर नाही म्हणून; आईलाही मी आवडत नसेल कदाचित; म्हणून तिने मला टाकले असावे.

कृष्णा, तुला दोन दोन आयांनी माया लावली रे नि तू मला एकही देत नाहीस, का? तुझ्यासारखे मनमोहक रूप मला लाभले नाही, हा दोष आहे का माझा? चेहरा बदलवता आला असता तर तोही बदलवला असता मी पण..

आई! आई! आई! इतकीच नापसंत होते मी तर, जन्मल्याबरोबर का मारून टाकलं नाहीस मला? का ठेवलं जिवंत असं कुत्र्यासारखं जगायला? तू ही मला फेकून द्यायचं होतं कचऱ्याच्या पेटीत. आमच्या आश्रमात काही दिवसांपूर्वी, एक बाळ आणून दिलं होतं तसं कचऱ्याच्या पेटीतून. त्याच्या कोवळ्या अंगावर ठिकठिकाणी मुंग्या-माकोडे चावलेले. वेदनेने विव्हळत होता तो लहानसा जीव. हॉस्पिटलमधे नेईपर्यंत उशीर झाला आणि गेलं ते बाळ. तसंच मी ही मेली असते तर

चाललं असत मला.

रोज मेल्यापेक्षा एकदाच मेलेलं कधीही बेहेत्तर.

त्यानंतर मी आईची आशा सोडली. नाना रागावतील म्हणून आई मिळवण्याच्या रांगेत उभी राहायचे. आश्रमातल्या सगळ्यांनी 'कायटे', 'डोंबळे', 'ढोले' असं हिणवून उरलासुरला आत्मविश्वास कूचकरून टाकला होता.

देवाने रूप द्यायला कंजूषी केली असली, तरी बुद्धी भरभरून दिली आहे, हे अभ्यासात मन गुंतवल्यावर कळलं. खूप अभ्यास करून मोठं व्हायचं, ही गाठ मनाशी बांधली होती.

पण शेवटी बालमनच ते! तब्येत बिघडली की आईसाठी विव्हळायचं. कधी एखादं श्रीमंत कुटूंब त्यांच्या मुलांचा वाढदिवस साजरा करायला यायचे तेव्हा पुस्तकं, ड्रेस आणि केक खायला मिळेल ह्याचा आनंद व्हायचा, पण दुसऱ्याच क्षणी जेव्हा त्या मुलांच्या आईवडिलांच्या डोळ्यांत त्यांच्या मुलाविषयी जे प्रेम, जे अमृत ओसंडून वाहताना दिसायचं तेव्हा , तो केकही गोड नाही लागायचा.

थोडक्यात काय, तर माझ्यासाठी 'आई' ही एक जखम होऊन बसली होती मनावर, कायमची. कधीही न बसणारी. कितीही लपविली तरीही तेवढ्याच प्रकर्षाने सलत राहणारी..

२५ वर्षांनंतर...

"हॅलो, तू फोन का नाही उचलत आहेस माझा दोन दिवसांपासून?"

"बिझी आहे मी. नंतर बोलतो."

"मीही तेच काम करतेय जे तू करतो आहेस, पण माझ्याजवळ नेहमीच तुझ्यासाठी वेळ असतो."

"मी म्हटलं होतं का श्यामल तुला, सगळे काम सोडून माझ्यामागे लाग? फॉर गॉड्स सेक, प्लीज लीव्ह मी अलोन. मला कंटाळा आलाय तुझा. तू अशीच मला कॉल करत राहिलीस तर ब्लॉक करेन मी तुला." अर्णव किंचाळलाच माझ्यावर.

मी शिकले आणि चांगली नोकरीही मिळवली. वयात आल्यावर वाटायचं की सिनेमात दाखवतात तसं आपल्यावरही कुणीतरी जीवापाड प्रेम करावं, कुणीतरी हक्काचं माणूस आपल्याजवळ असावं नेहमीसाठी.

पण ह्या जगात प्रेमही चेहरा बघून केलं जातं, हे समजायला फार वेळ लागला नाही.

तेव्हाच, अचानक अर्णव आयुष्यात आला. तो ऑफीसमधे माझा ज्युनिअर होता. मस्तीखोर डोळे, नेहमी उत्साही असणारा, एक बिनधास्त नुकताच ग्रॅज्युएट झालेला तरुण मुलगा. ऑफिसमधे तो माझ्याच टीममधे होता.

काम पुढे ढकलणं, ऑफिसला दांड्या मारणं; हा त्याचा स्वभाव मी लगेच ओळखला. मला हे अजिबात आवडत नव्हतं. मी त्याच्यासोबत जरा स्ट्रिक्ट वागायला लागले. एकदा तर त्याला काम संपवण्यासाठी ऑफिसमधे उशिरापर्यंत बसवून ठेवलं. तो थोड्या थोड्या वेळाने त्याच्या अडचणी घेऊन येऊ लागला. मी कंप्यूटरसमोर त्याला त्याच्या चुका दाखवत होते. तो ते बघण्यासाठी जरा झुकला. आमच्यात काही बोटांचच अंतर उरलं होतं. मी माऊसवर हात ठेवायला गेले, तोच त्यानेही माऊसवर हात ठेवला. आम्हा दोघांच्या हातांचा एकमेकांना स्पर्श झाला. मी लगेच माझा हात बाजूला घेतला.

रात्रीचे अकरा वाजले तेव्हा त्याने थोडं काम संपवलं. शेवटी केविलवाणा चेहरा करून, "आता उरलेलं उद्या करू का?" असं त्याने मला विचारलं.

मला त्याची दया आली, मी त्याला "जा." म्हटलं तर, लगेच उडी मारून "थँक यू, थँक यू." म्हणाला आणि आनंदात मिठी मारायला समोर आला. मी मागे सरकले आणि तो भानावर येऊन थबकला आणि "सॉरी.. सॉरी.. मॅडम.. आय मीन सुटी दिल्याबद्दल थँक यु..बाय." असं काहीतरी बडबडत उड्या मारत निघून गेला. तो गेल्यावरही त्याच्या नमुनेपणावर मला हसू येत होतं.

पुन्हा त्याचे काम पेंडिंग वर पेंडिंग राहू लागले. मी एक दिवस त्याला चांगलेच झापले आणि "आज कितीही उशीर झाला तरीही सगळं काम संपव." असे ठणकावून सांगितले.

तो माझा संताप बघून निमूटपणे काम करत बसला. थोड्यावेळाने माझ्यासाठी कॉफी घेऊन आला. मी तो कप उचलला तर त्याखाली एका चिठ्ठीवर 'सॉरी' आणि दुःखी ईमोजी काढलेला होता. मी त्यावर थोडी

हसले आणि तो ही हसला.

"मॅडम, ह्यावेळी मी मुद्दाम काम केलं नाही. कारण मला तुमचं रागावणं आणि ऑफिसमधे बसून ठेवणं आवडायला लागलंय."

ह्यावर मी काय रिऍक्ट करावे मला समजलेच नाही. मी लाजेने मान खाली झुकवली, पण लगेच वर बघितले आणि "कामाला लागा." असं बोलले.

दिवसांमागून दिवस गेले आणि आमच्यातील जवळीक वाढत गेली. तो आयुष्यात आला आणि असं वाटलं पहिल्यांदा कुणीतरी माझा चेहरा न बघता मनातले भाव वाचले. तो माझ्यापेक्षा पाच वर्षांनी लहान म्हणून जरा अल्लड होता. मी तर कमी वयातच प्रौढ झाले होते, हसणेही विसरले होते.

मला म्हणायचा, "सगळ्या जगाचं टेन्शन तुझ्याच खांद्यावर येऊन पडलंय असं का वागतेस? जरा खूलून हस ना."

मग माझ्या टेबलवरच्या फाईल्स स्वतःच्या पाठीवर घेऊन मला उद्देशून गाणं म्हणायचा,

"सारी दुनियाका बोझ हम उठाते है.." मग मी मोठ्याने हसायला लागायचे आणि मग अचानक माझ्या डोळ्यांत बघून म्हणायचा,

"आता कशी एकदम झकास दिसतेस." त्याच्या ह्या स्वभावामुळेच मी त्याच्यावर भाळले.

लहानपणापासून प्रेमाच्या एका एका थेंबासाठी तडफडणारी मी, आता अर्णवच्या प्रेमाच्या पावसात चिंब ओली झाले होते. मला माझं हक्काचं असं कुणीतरी मिळालं होतं.

कधी कधी असं जाणवायचं की, ऑफीसमधलं बरंच काम तो माझ्याकडून करून घेतोय, पण अल्लड आहे म्हणून मी दुर्लक्ष करायचे. कुणीतरी आपल्याकडे काहीतरी हक्काने मागतंय म्हणून उलट आनंद व्हायचा.

तो काम असलं की गोड बोलायचा इतर वेळी मला बोलायचं असलं की "कामात आहे." म्हणून टाळायचा. हे सगळं कळत होतं तरीही वळत नव्हतं.

माझ्याकडून त्याने सगळं काम शिकून घेतलं आणि त्याला प्रोमोशनही मिळालं. मग त्याची ट्रान्सफर झाली. नंतर कळलं की ट्रान्सफर त्याने स्वतः मागितली होती.

तिथे गेल्यापासून तो मला टाळू लागला. मी आमचं नातं शिवत होते, तो दुसरीकडून लगेच उसवत होता. तरीही मी शिवत राहिले. मला परत पोरकं व्हायचं नव्हतं.

त्याच्या ब्लॉक करायच्या धमक्यांना मी घाबरायचे, पण त्यादिवशी मला कळून चुकले की, त्याने कधी माझ्यावर प्रेम केलंच नाही. त्याला फक्त स्वतःचा हेतू साध्य करायचा होता. मी रात्रभर रडत बसले. सगळी हिंमत एकवटून मीच त्याला ब्लॉक केले. खूप त्रास झाला, पण शेवटी मी त्याचा चाप्टर एकदाचा बंद केला.

त्या दिवसापासून चार-पाच दिवस झाले होते. मी घराबाहेर पडले नाही. खूपदा इच्छा झाली त्याला फोन करायची परत 'माझंच चुकलं.' म्हणून माफी मागायची पण नकोच आता.

मी माझ्या मोबाईलचं सिम कार्ड काढून फ्लश केलं आणि मोबाईल फेकून दिला. रडून रडून डोकं खूप दुखत होतं. पोटात अन्नाचा कण नव्हता. जेवायला बाहेर जायचं ठरवलं.

रात्रीचे दहा वाजले होते. उपाशी असल्यामुळे चांगलाच अशक्तपणा आला होता. टॅक्सीतून एका चौकात उतरले. कधी जन्मात आई बघितली नव्हती पण तरीही तिची खूप आठवण येत होती.

अचानक सगळी दुकाने, रस्ते, लोकं माझ्याभोवती गरगर फिरू लागली आणि मी खाली पडले. बराच वेळ खाली पडून राहिले, पण अंगात उठून उभं राहण्याचा त्राण नव्हता.

तेवढ्यात कुणीतरी मला जवळ ओढल्यासारखं वाटलं. मला कुशीत घेऊन कुणीतरी माझ्या अंगावर पांघरूण टाकलं. मी काही बोलण्याच्या अवस्थेत नव्हते. मला फक्त एक मायेचा स्पर्श जाणवत होता जो आजपर्यंत मी कधीच अनुभवला नव्हता. त्या कुशीत मी पाच दिवसांनी शांत झोपी गेले. अखेर मला माझा प्रेमाचा शोध संपला असं वाटलं.

त्या रात्री मी पुन्हा नव्याने जन्मले असं वाटलं. तो मायेचा स्पर्श फूटपाथवर राहणाऱ्या एका अनाथ मुलीचा होता. मी आजही अभिमानाने

सांगते की, मी तिला नाही तिने मला दत्तक घेतलयं. आईचा शोध घेता घेता, मी स्वतःच आई झाले आणि सोबतच माझे बालपणही नव्याने जन्माला आले.

लोक मला कुरूप समजतात, पण तिच्यासाठी मी जगातली सगळ्यात सुंदर स्त्री आहे, हे तिच्या नजरेतून दिसतं. ह्या बेवारस आईला एक लेकरु मिळालं. पहिल्यांदा माझं मन कुणीतरी बघितलं. पहिल्यांदा मला कुणीतरी निवडलं. माझ्यासारख्या अनाथ मुलीला तिच्या रुपात एक आई मिळाली जी माझी काळजी घेते, कधी रूसते तर कधी मनवते, कधी रागावते, पण त्याहीपेक्षा जास्त प्रेम करते. तिच्यामुळेच मी जन्मले पुन्हा नव्याने!